Lokobhinnarichi

Bhimidipati Kameshwara Rao

విషయములు

ఖరదవీథుల్లో ఒకచోట ఉన్న ఊబిలో ఆయన బండీయావత్తూ దిగబడి ఊరుకుందట. ఈ రెండువందల ఏళ్ళలోనూ, ఇతర దేశాల్లో జనం రోడ్లనిగురించి చేసిన ఆలోచనా, చూపెట్టిన ఆచరణా. సాధించిన అభివృద్ధీ మనికి తెలుస్తూనప్పుడు, అందరూ రోడ్డుని గురించి దుమ్మురేగేటట్టు ప్రచారంచేసుగుని కాంగ్రెసులు కూడా జరుపుతూన్నప్పుడు, రోడ్డు అనేవిషయాన్ని మనం కొట్టి పారెయ్యడానికి వీల్లేదు—అసలు అనుక్షణం కాళ్ళకి చుట్టుగుని ఉండే విషయాన్ని పారెయ్యడం శక్యమూకాదు, శౌర్యమూ కాదు, మరొకసంగతి: మానవులు కలిసిగాని జీవించలేరు. ఒంటరిగా జీవించగలవాళ్ల ఉండచ్చు, ఉన్నారు, వాళ్ళు మానవాతీతులు. పెద్దస్థలంలో కొద్దిమంది మాత్రం కలిసి పల్చపల్చగా ఉండేలాగు నివాసం అయిఉంటే దాన్ని గ్రామం అనిన్నీ, కొద్ది స్థలంలో చాలామంది కలిసి ఒత్తిడిగా నివసిస్తే దాన్ని బస్తీ అనిన్నీ అంటారు.

ఒక దేశంలో ఈ చివరనుంచి ఆ చివరకి ఉండే ప్రతి చిన్న స్థలంకూడా కామధేనువు లాంటిదైతే, ఆ దేశంలో ఉండుకున్న గ్రామాలసంఖ్యే ఎక్కువగా ఉంటుంది. ఇంకా గ్రామాలు పుడుతూంటాయి, కాని, ఏదేనా దేశంలో చవిటి పర్రలూ, ఉప్పు చెరువులూ, ఇసక ఎడార్లూ, బోడికొండలూ, గనక విస్తారంగా ఉంటే, జనం ఎక్కడబడితే అక్కడ నివసించడం, అసంభవం అయి, కొత్తగ్రామాలు పుట్టడానికి ఆస్కారం లేక, ఉన్నగ్రామాలే బస్తీలుగా మారడానికి యత్నిస్తాయి. ఈదేశం, వైశాల్యం ధర్మమాఅని, ఏరకంలోనేనా స

వాళ్ళు మొదటివాడి దారివల్ల ప్రపంచానికి అవసరం ఉంటే ఆదారి ఖాయపరుస్తారు. గమ్యం ఫలానా అని ప్రత్యక్షసాక్ష్యం దొరికినమీదటే జనబాహుళ్యం ఆదారి పడతారు. మరికొంత కాలానికి ఆదారి రహదారీ అవుతుంది. దాన్ని ఎత్తుచేస్తారు. దాని వెడల్పు స్థిరంచేస్తారు. దాన్ని అడ్డేవస్తువుల్ని తీసేస్తారు. ఏళ్ళని దాటేస్తారు. ఆదారినిగట్టిపరిచి నునుపుచేస్తారు. రంగుగా ఉండి ఆదారి మానవుల్ని జంతుల్నీ శకటాల్నీకూడా ఆకర్షిస్తుంది. ఆరూపందాల్చినదార్ని "రో" డ్డంటారు. పల్లెటిదిక్కుల్లో ఉండే దార్లు ఇన్ని రూపవికారాలూ దాల్చేసరికి పుష్కరాలు ఎగిరిపో తాయి. బస్తీలో అయితే ఒకప్పుడు సంవత్సరాలుమాత్రం జరిగి పోతాయి, బస్తీలోకూడా ఇళ్లవరసల మధ్య ఉండేస్థలం ప్రథమంలో దాని చిత్తంవచ్చినట్టే ఉంటుంది. ఎటొచ్చీ వేసవికాలంలో మేకుల్లాగ మొనలుతేరిన బెడ్డల్తోఉంటుంది, వానాకాలం చిన్నపంటకాలవలా ఉంటుంది. పిల్లలూ ఊటలూరగా ఊరగా, అది చదునై, మట్టిపడి, లేస్తుంది, అదే కంకరవీధి అయి, దానిరేఖ బయలుపడాలీ అంటే, అది ఇంతో అంతో పెట్టిపుట్టింది అయిఉండాలి; అనగా, ఆవీధులో కాపరం ఉండే ప్రతీద్విపదుడూ మామూలు మనిషై ఊరుకోక, చివరకి ఏఒకడేనా బస్తీపాలకసంఘంలో ఒకసభ్యుడై ఉండాలి. రోడ్డు లేప్పుడు అతనికి ఉండే చికాకు మర్త్యుల్లో ఎవరికీ ఉండకూడదు:. లేకపోతే, అక్కడ కాపరంఉన్నవాళ్లల్లో ఒకడైనా ప్రభుత్వంవారి పరిచయుడేనా కావాలి, నిలువుగా చీరేవాడో, అడ్డంగా ఖాదేవాడో, లేక తెగతిట్టేవాడో, తెగ ఆశ్రయించే

వాడో కావాలి. అదీకాకపోతే, ఒక గవర్నరుగాని అతనిలాంటి గొప్ప మనిషిగాని ఆవీధివెంట వెడతాడని తెలియాలి ! ఆయన ఇక రేపో యెల్లుండో ఆదార్ని వెడతాట్ట, అని తెలియడంతోటే, అతని మహిమవల్ల. రామపాదధూళి తగిలింతరవాత రాయి మనిషైనట్టు ఆయన పాదం చెప్పులో ఉండడంవించి తత్పద ధూళికైనా నోచుగోనైతినిగదా అని చెప్పేసి ఆదారి రాయిలా అయిపోతుంది. అది అట్లా అయిపోయే ప్పుడు ఇంతోటి విడ్డూర్యానికేసి ఇస్త్రీ బట్టలు కట్టిన కుళ్లజనంలాగ వెల్లవేసుగున్న మురుగుతూములు తెలతెల్లపోతూ చూస్తూంటాయి. అదే అదను, మళ్ళీదొరకదు, అని కొన్నిదార్లు అప్పుడు కంకరకూడా అవుతాయి. పురపాలక సంఘంలో అందరూ కంక రవకపోవడంవల్ల, కొన్నిదార్లు ఎన్నటికీ కంక రవనే అవవు. ఒక్కొక్కప్పుడు కంకరవగైరా తెచ్చి, నడవడానికికుడా వీలులేకుండా ఎడాపెడా పొయ్యడం సమేతూ జరిగిపోతోంది. అప్పుడొస్తుంది ఎగేసుగుని ! ఆ వీధులో ఉన్నస్థలం స్థలంలా పడి ఉండచ్చా, పైవార్ని ఎదో పేచీపెడుతుందిగావును. దాంతోటి వారికి తలోమోస్తరుగానూ ఆనేలమీద కోపంవచ్చి, ఆకంకర్ని ఉన్న పళంగా ఉండనియ్యరు. అసలు భూమిమీద ఉన్నపళంగా ఏదీ ఉండదు. కంకరా ఉండదు. కోతుల్ని కొట్టడానికీ, కాయలూ, పళ్ళూ రాలగొట్టుకోడానికీ, పిల్లలు వాట్ని వాడేస్తారు. ఒక్కొక్కప్పుడు అవెట్టి వీధిదీపాలు అద్దాలు బద్దలుకొట్టి మునిసిపల్ వారిపనే చూస్తారు. పెద్దలుకూడా కాస్త చీకటడి, మాటు మణిగింతరవాత, కాసినికాసిని చొప్పునే ఆరాళ్ళని సెనగపప్పులా లగాయించేసి,

అవీనూ, డబ్బెట్టి కొనుక్కున్న యజమానియింటికి ఇటిగెలు తోలుకెడుతూన్న బండివాడు దయతో దానం చేసిన యిటిగెలూ పెట్టి నిర్మాణకార్యక్రమం సాగిస్తారు. అల్లా ఆరాళ్ళన్నీ మాయం అయినాసరే ఒకొక్కవీధిలో నేలకి పాలకసంఘం అంటే భయంలేదు. జనం అంటే జాలిలేదు. ఇంకోసంగతి. ఈ కాలంలో జనం తిన్నగా తిండేనా తిన్లేరనిన్నీ, వెనకటివాళ్ళు రాళ్లుకుడా తిని హరాయించుగునే వారినిన్నీ కొందరు ముసిలాళ్లు కోస్తూంటారు. కాని, ఇప్పుడుకుడా కంకరరాళ్ళయొక్క విలవ తినేసే రోడ్డునిర్మాత లున్నారని వాళ్ళతో వాదించి చెప్పి, ముసిలాళ్ళని పిన్నలు నెగ్గచ్చు. ఏమైతేం, కాని అవస్థా భేదాలు పొంది దెబ్బలు, పోట్లు, నరుకులు, అణువులు, నొక్కులు, తిట్లువగైరా తినితిని, చివరికి బస్తీరోడ్డు అవత రిస్తుంది. సాధారణంగా ముందుతవ్వి, మరీ పెద్దగోతు లుంటే వాటిల్లో పెద్ద రాయెట్టి, చిన్నసైజు కోసురాయిసర్ది, ఎర్రకంకరో తెల్లకంకరోచిమ్మి. ఇసగపోసి, నీళ్ళుచల్లి చేసేపద్ధతి అవలం బిస్తారు. (మహాబస్తీల విషయంలో, వాటి హోదానిబట్టి పలక రాతివీ, సిమెంటువీ, తారువీ, కర్రవీ రోడ్లు వెలుస్తాయి. వాటి ప్రమేయంకా దిప్పుడు.) రోజు గడవనివాళ్ళూ, జీవితం వడవని వాళ్ళూ వచ్చి, తక్కినప్రపంచం నడిచిపోయే నిమిత్తం చెమటతో రోడ్లు వేస్తారు. కాని, ఎంతెంతటి శ్రమలుపడి వీటిని సృష్టిచేసినా, వీటిల్లోవీటికి బొత్తిగా జాత్యభిమానంలేదు, సోదరభావంలేదు.

వీట్లయొక్క రకాలకి హద్దులేదు. చాలా రకాలు మాఊళ్ళోనే దొరుకుతాయని ప్రతీఊరి ప్రతీవాడూ విర్రవీగడమే, ఎవడిమాట

నిజమో తేలకుండా. కొన్ని కేవలం గజం పన్నా రోడ్లు. తెలుగు లిపిలో తలకట్లు మూలబడడంచేత గజం అంటే ఏనుగు అనుకో గల్రు. కాని ఇక్కడి అభిప్రాయం 'గజం' అనగా మూడడుగులు నేల—అయినా మళ్ళీ వామనుడు కోరినంత సైజుది కాదు! కొన్నిరోడ్లు మనిషి పన్నా—ఆ మనిషైనా శారీరకం అయితే పీతనడక నడిస్తేగాని అతనికి జరుగుబాటుండదు. కొన్నింటికి వక్రప్రభావమే కాని ముక్కుకెసూటిగా పోదామని లేనేలేదు. ఈ సంగతే ధారకపుచ్చుగుని, చుట్టుపక్కల దొరకగల వక్రత్వం యావత్తూ తమ ఊరిరోడ్లే గుత్తకి తీసుగున్నాయనిన్నీ, అందులో మరేమీ వాటా మిగలక పోడాన్నించి తమ ఊరిజనం అశేషం ఋజుమార్గవర్తులయి తీరవలి సొచ్చిందనిన్నీ, ఒకొక్క బస్తీ కవి బడాయి కొడుతూంటాడు. నాగరికత ఎరగని రోజులుగనక పూర్వం 'సూత్రంపట్టినట్లు' ఒక బస్తీ వీథులు ఉండేవిట! ఇతర బస్తీలల్లో రోడ్లు దిక్కుమాలిన రోడ్లనిన్నీ తనఊళ్ళోవి దిక్కున్నవనిన్నీ ఒక నగరప్రియుడు ఒకచోట ఒకపేచీ లేవ దీశాడు. ఎంచేత అని అడిగేసరికి, 'దక్షిణముకుమాత్రము బండ్లు పోవాలి. పడమరకు మాత్రము జంతువులు కదలాలి' అని దిక్కు తెలుపుతూండే రోడ్లు తన ఊళ్ళోగావి లేవని అతడు సమర్థించి నెగ్గుకు పోయాడు. కొందరు మనుష్యులకిమల్లే కాకుండా, కొన్నిరోడ్లు ఉచ్చనీచాలుగల ఘటాలు. అందుకని వాట్లమీదికి ఏదేనా బండి వచ్చినప్పుడు, ఆరోడ్లు ఆంబోతుల్లాగ కోరచూపులు చూసి ఒడుపు కనిపెట్టి, ఆబండిని బోల్తాకొట్టి స్తాయి. ఒకవేళ ఏమరుపాటుగా నడుస్తూండే మనుష్యులు గనక

వచ్చారా, వాళ్ళ కాళ్ళూ చేతులూ అధమం నడుమూ విరిచే స్తాయి. కొన్ని మరీ నిర్మోహమాటపు రోడ్లు మరీ హెచ్చుతగ్గుగా వ్యవహరించడంవల్ల బళ్ళల్లో జనం కొయ్యయిపోతూంటారు. 'అచేతనంబులుచేతనరీతి దనర, చేతనంబులచేతనభాతి నొనర వీణ వాయింపుచున్నద'ని, ఒకకవి అన్నాడు. నేడుకుడా చాలా పాటకచేరీలూ, కొన్ని రోడ్లమీద ప్రయాణాలూ అంతటివీ ఉన్నాయని మనం గర్వపడవచ్చును. కొన్నిరోడ్లుగల వీథుల్లో కాపరంచేస్తే, ఎండాకాల వానాకాలాల తేడాలు తెలియకుండా పోతాయనిన్నీ, రోడ్లే కాలవలుగా మారడంచేత, 'ఓడలు బండ్లవచ్చు బండ్లోడలవచ్చు' అనే మాటల్లో ఉండే సంశయత్వం పోతుందనిన్నీ కొంద రన్నారు. కొన్ని రోడ్లమీద, మధ్యగా మురుగు పోయే నిమిత్తం, ఒక్కగాడి ఉంటుంది, రోడ్డు దేవి గారి పాపిడికాదుగదా అన్నట్టుగా, మండు వేసవిలోకుడా రోడ్డు మధ్యగా ప్రవహించే శక్తిగల మురుగుకాలవల్ని ధరించిన రోడ్లున్నాయి, వీటిని చూసినప్పుడు, పర్వతాల్లో పుట్టి ప్రవహించే నదులు జ్ఞాపకం వస్తాయి. ఎటొచ్చీ, వీటిలో నీరు ఘనీభవించిన కుళ్ళుతో సమపాళంగా మిశితమై నల్లగా ఉండి 'కృష్ణ' స్మరణ చెయిస్తుంది. ఒక్కొక్క బస్తీలో అధికార్లు ఈ నలుపు రంగులోనే కాకుండా అసలైనకంపులో కూడా అద్వితీయమై ఒప్పేటటువంటి కొన్ని కొన్ని సైడుకాలవలకి విహారాది విషయాల్లో సక్రమమైన ట్రైనింగు ఇచ్చి, వాటిల్లోఉండే నీటి మహాత్యం అనుభవించకపోడంచేత పౌరులు చెడిపోతారేమో అనే బెంగ చొప్పున, అవి మరోచోటికీ మరోచోటికీ తమ

యిష్టంవచ్చినట్లు లేచిపోకుండా, తమ అజ్ఞానుసారం, చేరువ నున్న మంచినీటికాలవల్లో కలిసేలాగచేసి, జనం శ్రమించి అట్టే దూరాభారం వెళ్ళక్కర్లేకుండానే ఆ 'గంగా యమునా సంగమ పుణ్యదర్శనఫలం' జనానికి పన్నులేకుండానే మంజూరు చేసి, ఆ జనం అల్లాంటి పుణ్యాన్ని పొంది జీవన్ముక్తు లవడానికి నానా తిప్పలూ పడుతూంటారు. కొన్నిరోడ్లు తమాషాగా కనిపించి, కొత్తవాణ్ణి బెదిరిస్తాయి. దాంతోటి ఆ కొత్తవాడు అనుమానిస్తూ నడుస్తాడు. అవి వాణ్ణి తిప్పి తిప్పి చివరకి ఎవరి యింట్లోకేనా లాక్కుపోతాయో, లేక వీధులో పడేస్తాయో వాడికి తెలియదు.

బస్తీ రోడ్డుయెక్క ప్రత్యేక విశేషం అయిన దుమ్ము గురించి నది పెద్ద ఘట్టం. దుమ్ము నిరంతరంగా బస్తీలో విజృంభిస్తూ ఉంటుంది. బస్తీపాలకులు దాంతో యుద్ధంచేస్తూంటారు. వారు ఇతర విషయం ఎదేనాసరే దుమ్మురేగకొట్టగల్రులుగాని విషయమే దుమ్మైతే అదే రేగిపోయే దయినప్పుడు. ఏమీ చెయ్యలేక పోతూం టారు. అసలు దుమ్ము లేకుండా చేస్తే సరి, ఇహ నెల్లా రేగు తుంది దాని మొహం! అని, కొందరు సలహా ఇస్తారు. అందు కని, కొన్నిచోట్ల బస్తీరోడ్లు ఇళ్ళూ వాకళ్ళూ తుడిచినట్లుగానే చీపుళ్ళతో గంటలో తుడిచేస్తారు. దానిఫలితం ఏమీఅంటే ఇతన్తై నాలుగు గంటల్లో చుట్టుప్రక్కల గృహావృక్షాదులమీద మలామా చేయించినట్లు సర్దుకునే దుమ్ము ఒక గంటలోనే గబ గబా సర్దు కుంటుంది. ఈ పద్ధతిలో పథికులకికంటె సమీప గృహస్థులకే ఎక్కువవాటాదుమ్ము కిట్టుతుంది. కొన్నిచోట్ల రోడ్లు నూనెల ఛేతా. కొన్ని చోట్ల కార్లచేతా, తడిపిస్తారు. మొదటి పద్ధతి

చాలామంది బీదవాళ్ళకి పని చెబుతుంది గనక, అంతమందికి జలక్రీడోద్యోగం ఇవ్వడం ఏమిటని చాలా బస్తీల్లో అది మానేశారు. ఒక్క యంత్రప్రభావంవల్ల వెయ్యిమంది పనివాళ్ళు మూలపడతారు. అంచేత గావును బస్తీలో నీళ్లకార్లు; దానికి చెయ్యబడి ఉండే ఏర్పాటు మూలాన్ని ఔతుఖానాలోంచిలాగ నీరు ఇటూ అటూ చటుక్కున చిమ్మచ్చు, చటుక్కున ఆపచ్చు. ఆ అధికారం సాధారణంగా డ్రైవరుచేతిలో ఉంటుంది. కాని, ఆయంత్రం అతణ్ణికుడాదగాచేసి, తనఖులాసా చొప్పున పోతూండడం కూడా కద్దు. డ్రైవరు ఉద్యోగానికి కారకులైనవాతెవరైనా పక్కనించి పోతూంటే, అది చటుక్కున ఆగిపోతుంది. కాని, ఇతరబస్తీజనుడుగాని. ఇతర గ్రామస్థుడుగాని, స్త్రీలుగాని అయితే, పెద్ద-పిన్న ముసలి-పడుచు తారతమ్యం గమనించకుండా నీరు చిమ్మేస్తుంది. అందుకని, ఏకొద్దిమందో తప్ప తక్కినవారు నీటికారు ఎప్పుడు తననీటిముళ్లు విప్పుతుందో-ఏదుబందిలాగ- అని భయం చొప్పున దూరాన్నించే జాగ్రత్త పడతారు. రోడ్డు తడపడం దుమ్ముని అణచడానికి, అప్పట్లో ఆపని నెరవేరినట్లు కనిపిస్తుంది. కాని, తడిపిన దుమ్ముమీద శకటాదులు వెళ్ళడంవల్ల తెగనలిగి వస్త్రకాళితం చేసినట్టు మరీ కాటిగలా అయి, ఎండొచ్చి తడి యిగిరింతరవాత, పూర్వం కాడిప్రమాణాన్ని లేచేది, ఆ సాయంత్రానికి తారాజువ్వలా లేచి, తలపెట్టిన ఉద్దేశానికి విరుద్ధం ఫలించేటట్టు చేస్తుంది. ఇదిగాక, అలవాటుగా నీళ్ళు పోసేసరికి, రోడ్డుమీద మెరకపల్లాలు ఖాయపడి సంవత్సరంలో బయల్దేరే కతకలు నెలలోనో సిద్ధిస్తాయి. అయినాసరే, ఒప్పుగోడానికి, ఈ భాగ్యం అన్నింటికీ అబ్బదు.

కొన్ని బస్తీలలో వానకాలం గంభీరంగా ఉంటుంది. ఇళ్ళు ద్వీపాలు; రోడ్లు కాలవలు; మనుష్యులు పడవలు; కొన్ని

రోడ్లమీది మెత్తటిసరుకు యావత్తూపోయి, శల్యాలలాంటి కోసు రాళ్ళుమాత్రము ఆరితేరి పొడిచేలాగ చూస్తూ ఉంటాయి. సైడు కాలవలు, పరాయిగా పరాయిగా కొట్టు గొచ్చిన మట్టితో పూడి బలిసి, రోడ్డుతో తుల్యం అవుతాయి. అట్లాంటప్పుడు ఎక్కడ నడిచినా జనానికి బాధలేదు. కొంతదూరాన్ని మోటారమ్మావారు దర్శనం ఇవ్వగానే, జనం ఎక్కడివాళ్ళక్కడ సర్దుకుంటూ, దుష్టుడికి దూరంగా ఉండమన్నాడు' అనుకుంటూ ఎవరిజాగ్రత్త మీద వాళ్లుంటారు. మోటార్ల వేగాన్ని తిట్టేవారు, గొడుగులు అడ్డుగా ఒగ్గేవారు, అరుగులమీది కెక్కి ఖణాయించేవారు, కట్టుగొచ్చిన చాకింటిడ్రెస్సు వసంతం కొట్టినట్టు కాగా, 'వెధవపొగరు! కళ్ళుకనిపించవ్!' అని తిట్టుగుంటూ డ్రెస్సుకేసి చూసి దుఃఖించేవారు,—ఇలా రకరకాలగా ఉంటారు. జారడం, దుస్తులకీ కాళ్లకీ డామేజీ తెచ్చు గోడంకుడా మామూలుదృశ్యాలే. కొంచెం రేగడమట్టి పాలు ఎక్కువగాఉన్న రోడ్డుమీద నడిచేటప్పుడు జుర్రు బాములు వేళ్ళసందుల్నించి ఈ తెల్లాగ లేచి కంట్లో పడు తూండడం కూడా కద్దు. మామూలు చెప్పులవాళ్ళకేం గాని, ఆకు చెప్పులవాళ్ళకి సీలమండలగాయతు నడ్డిదాకా వెనక వేపున రోడ్డు బురద చిలకరింపు సంక్రమిస్తుంది. కేవలం స్లిప్పర్లు తొడుక్కొని తప్పు తప్పున నడిచేవాళ్ళకి, బాడిచిందులు బాగా చిచ్చుబుడ్డి రవ్వల్లాగ లేచి నెత్తిదాకా వ్యాపించి యజమానికితప్ప తక్కిన అందరికీ కనిపిస్తూంటాయి. కొన్నిరోడ్లమీది మెత్తని కంకర, కాటికలాంటి అడుసులా తయారై, జనంకాళ్ళకి పట్టుగోడంలో, బస్తీలో ఉండే స్త్రీ పురుషాదులు (బస్తీపారాణి రాయించుకొని (పిలవని!) పేరంటానికి వెళుతూన్నట్టు తెలుస్తుంది. ఒకొ[illegible]

చోట, ఇంట్లోంచి ఇవతలకీ, ఇవతలనుంచి ఇంట్లోకీ వెళ్ళిపడడం అనేది క్రతువులాంటిపని అయిపోతూండడంచేత, అక్కడి యజమానులు తప్పనిసరి అయినప్పుడు తప్ప కొంపలోనే పడుండి. యథాశక్తి దేశాభిమానం అని చెప్పదగిన గృహాభిమానం నేర్చుగుంటూంటారు.

బస్తీరోడ్లవల్ల ప్రయోజనాలు ఒక్కమాటు చూసి పట్టెయ్యవచ్చు. రాత్రిభాగంలో కొందరు వయస్సొచ్చిన స్త్రీ పురుషులు తమయింటికి ఎదరకానిరోడ్డుని బాహ్యానికి ఉపయోగించి ఆపని నెరవేర్చి రావడంలో తమరు ప్రకటించగలిగిన ధైర్యసాహసాలకీ తెలివితేటలకీ అభినందించుకునేవాళ్ళూ, తమయింట్లో ఉండేజనం చేత మన్ననలూ స్తోత్రాలూ పొందేవాళ్ళూ ఉన్నారు. కొందరికి ఇంటి ఎదటిరోడ్డే తమకున్న ఖాళీస్థలం అవడంచేత స్నానాలూ తలంట్లూ రోడ్డుమీదే. భోజనాలకి, కజ్జాలకి, పురుళ్ళకి, పూజ్యాలకి, ఓపేమిటి సమస్తానికీ కొందరిపట్ల రోడ్డే ఆధారం. ఎండపెట్టుగోడాలన్నీ రోడ్డుమీదే. కొందరు పశువుల్ని పెంచడం, కట్టెయ్యడం—అంతా రోడ్డుమీదే. కొందరు తమయింటి ఎదటి రోడ్డుమీద తమహక్కు స్థాపించుగోడానికే తమరు రోడ్డుమీద కలాపు చల్లి ముగ్గెట్టడం. ఇతరులెవరూ దొంగతనంగానేనా పట్టిగెళ్ళరుగదా అనేధైర్యం గలిగించే వస్తువులన్నీ కొందరు రోడ్డుమీదే దాచుగోడం. కొన్నిరోడ్లమీద రాత్రెళ్ళు ఎడా పెడా పడే వేసంకాలపు మంచాలమధ్య కుక్కలుండి, దారెంట వెళ్ళవలసినవాడు కాలెట్టడానికి అవకాశం ఉండదు. చాలా బస్తీరోడ్లమీద ఇటీవల బయల్దేరిన సోడాకొట్లవల్ల దారి మూసుగుపోతోంది—మాసిన తలకాయిలాగ. ఈ కొట్లు దేవదారువీ, కర్రవీ, క్రమేపీ ఇనపవీకూడా అవుతున్నాయి. రోడ్డు ఎంత యిరుకుదైనాసరే,

రథంలాంటి సోడాకొట్టు, పాలకసంఘానికి ఫీజు కట్టేసి, అక్కడే తనూ ఇరుకుతుంది. ఒకటి పుట్టేసరికి దినదినాభివృద్ధిగా పిల్లల్ని పెడుతుంది. వీటిల్లో వంటకీ, భోజనానికీ, పడకకీ, విశ్రాంతికీ—అంతస్తులూ, బిలాలూ రహస్యమార్గాలూ అవన్నీ దుర్గానికి ఉన్నట్టు ఉంటాయి. వీటికి కింద చక్రాలు పెట్టిస్తున్నారు కొందరు, కొండలకి రెక్కలు పురమాయించినట్టు. ఈదెబ్బతో బస్తీకి రథాలులేని అపకీర్తి పోయేట్టు కనిపిస్తుంది.

అయితే, రోడ్డుగురించి ప్రథమసూత్రం ఏమిఅంటే, గమనం గలిగిన జంతువులే కాకుండా చలనం గలిగిన పదార్థాలుకుడా రోడ్డుని వాడుకోడానికి హక్కుగలవే, అని. కాని, ఎవరైనా సరే, వీలైనంత త్వరలో వాడుకుని ఇతరుల వాడకానికి దానిని వదిలేస్తూండాలి. అందుకనే, ఎంత తక్కువ కాలంలో దానిని వాడుకుని వదిలెయ్య గలవాడైతే, అంత పెందరాళే అది వాడుకోడానికి వాడికి మొదటిహక్కు ఏర్పడుతుంది. ఆ మొదటి హక్కులో ఉండేవయినం గమనించి పేచీలురాకుండా గమనాలు నడిపించడం నిమిత్తమే కూడవీధుల దగ్గిరా, మళుపులదగ్గిరా, పోలీసుసోదరులు ఖణాయించి చేతులు—(అవి మీసాలుసర్దుకోడం లాంటి ఇతరపన్లో లేనప్పుడు)—తిప్పుతూండడం. ఈహక్కు పుణ్యమా అనే, ప్రపంచపు గొప్ప బస్తీలలో ప్రమాదాలు జరిగి రోజుకి సగటున నలుగురు మొదలు పదిమందిదాకా మనుష్యులు ఖర్చుపడుతూ ఉండడం. పోనీ, హక్కుమాట సరేగాని, మరి బాధ్యత ఎవరిదీ? అంటే, ఆమాట అంటేనే చాలామందికి కోపం! పైగా అది వేరే సంగతి!!

అయోమార్గం-అభినందనం

రైలుయొక్క మార్గం అయోమార్గం అయినా, దానియొక్క వ్యాపారంలో కొంత స్తబ్ధత్వం, కొంత హడావిడి గుణం, కొంత కర్రపిడితనం ఉన్నా, అది అస్పష్టపద్యారోపితం అయిన గానాభినయంలాగ, శుద్ధఅయోమయం కాదు. దాని సంగతి ఏకొంతో అందరికీ తెలుసు. ఆవిరి, విద్యుత్తు అయస్కాంతం వగైరాల శక్తులవల్ల దానికి గమనం సిద్ధిస్తుందనీ; దాన్లో భూమిని పట్టుకు పాకేరకం—భూగర్భం చొచ్చుకుపోయేటట్టు నిర్మించబడ్డ గొట్టాలలో చరించేరకం—భూమికి కొంత ఎత్తున స్తంభాలమీద వెళ్ళేరకం—ఒకేపట్టామీద పోగలరకం—పట్టాలున్నా వాటిని తాకకుండా నడవగలరకం—వగైరా ఉన్నాయనీ; దానిశాఖలు కొన్ని ప్రభుత్వాలకిందా, కొన్ని రాష్ట్రాల అధీనంలోనూ—కొన్ని విడి సంస్థలైన కంపెనీల చేతుల్లోనూ—ఉన్నాయనీ; ఎరుగున్న విషయాలే! గమనానికి పట్టాలుండడం ప్రతిబంధకం అని కొందరు భావిస్తారు. స్థిరమార్గం నిర్ణీతం అయిఉండడం అనేది వేగాంతర సిద్ధికి దోహదకరం అని కొందరు నమ్ముతారు. మొట్టమొదట్లో రైలుపట్టాలు భూమండలంమీద పడి ఇప్పటికి నూరేళ్ళు నిండి పుష్కరందాటింది. ఆ భాగ్యం పొందిన పుణ్యస్థలం సీమదేశమే ఆ స్థలంలో రైల్వేశతాబ్దోత్సవం జయప్రదంగా జరపాలని (వార్తాపత్రికారచనలో జయప్రదం కాని సంభవమే ఉండదు!) ప్రయత్నాలు చేశారని చెప్పుగుంటారు. ఇండియాలో రైల్వే సహస్రమాసోత్సవం పెట్టించా

లని చాలామంది తంటాలు పడ్డట్టు తెలుస్తోంది. దరీ అంచూ తెలియని మహాకాలంలో సంస్థల యొక్క పర్వోత్సవాలు జరప డంలో తిథివారనక్షత్రాలతో సహా అసలు దినం గమనించక్కర్లే దనే విశాల భావంతో కొందరు, వీలునిబట్టి వాటిని పెట్టించ డాలు ఎరుగుదుం. మంచి యితర సందర్భం సంఘటించినపుడు దాన్ని దాట పెట్టుగోడంలో ఉండే బాధనిబట్టీ, గొప్పవ్యక్తి తనంతట తనే వచ్చి నప్పుడు ఖర్చులేకుండా అతణ్ణి అధ్యక్షుణ్ణి చేసుగోడంలో ఉంటే సదుపాయాన్ని బట్టీ, ఒక్కొకవ్యక్తి తను కార్యకర్తగా ఉండగానే వీలైనంత గొప్పతనంగల సమావేశం జరగాలిగాని కడంవాళ్ళహయాంలో కాకూడదనే పట్టుదలలనిబట్టీ. సంస్థల ఉత్సవదినాలు ముందుకీ వెనక్కీ జరుగుతూంటాయి. రైల్వే విషయంలో మరీ వీళ్ళున్నాయి. పైచెప్పిన రెండు ఉత్సవాలలోను ఏ ఒకటీకూడా లోగడ జరిగి ఉండకపోయి నప్పటికీ — వాటిల్లో ఏదో దేశంలో ఇకముందు ఎప్పుడో అప్పుడు ఎవరో కొందరు జరిగించినా బాధ లేదంటున్నారు. ఎందు కంటే, ముందు ఒకగొప్ప ఉత్సవం కానిచ్చేసి తదుపరి వెనక్కి తిరిగి లెఖ్ఖచూసినా. ఆదినం రైల్వే సంస్థకి చెందిన ఒక గొప్ప విషయం ఒక గొప్పదేశం జరిగిన పర్వదినం అయిఉండి తీరు తుంది. ఇది గాక, అయోమార్గం యావద్భూతలానికీ చెందినదే గనక, భూప్రజలంతాకలసి దానితాలూకు పర్వోత్సవం చెయ్యడం సమంజసంగాని, ప్రత్యేకస్వయంపాకాలవల్ల డబ్బు మన్నవడం గౌరవం సున్నవడంమట్టుకే అని ఆర్యులు చెబుతున్నారు. ఆ ఉత్సవంయొక్క సంపూర్ణబాధ్యత వహించడానికి ఒక పెద్ద

సంఘం ఏర్పర్చాలని ఇదవుతున్నారు. అది అఖిల భూగోళ ఖండ ఖండాంతర స్థాపిత వివిధాయోమార్గసంబంధిజన, వ్యక్తి, సంఘ, సంస్థోపశాఖాచరిత మహాకృత్యాబ్ధి నందినీ సమాజం అనేలాంటి పేరుతో సక్రమంగా నిర్మించాలని పలువురు ఊహిస్తున్నారు. ఏతత్ ప్రయత్నంలో, ప్రత్యేక ప్రాంతాలతో తాత్కాలిక సంఘాలు లేచి, యథాశక్తి కార్యదర్శుల్ని ఎన్నుకుని, వారికి బాధ్యతా శూన్యమైన సకల హక్కులూ ఇచ్చి, కృషిచేయించడం శ్లాఘ నీయం అని కూడా చాలామంది తాత్పర్యం.

ఆ మహాభూతల రైల్వే పర్వోత్సవం నాటి కార్యక్రమం యొక్క తబిశీళ్ళు ఆహ్వాన సంఘంవారు తేల్చాలి. అప్పుడు జరగబోయే బహిరంగ సభకి అధ్యక్షత వహించడానికి భూజను డెవడూ పనికిరా డనిన్నీ, అఖిల అంగారక గ్రహ రైల్వే సంఘాధ్యక్షుణ్ణి పిలుస్తారనిన్నీ, అతని ప్రయాణపు ఖర్చు నిస్తంత్రిలో పంపుతా రనిన్నీ, అతగానికి ఏ వాహనం కుదరక శరీరతః రావడానికి వీలు లభించని పక్షంలో అతడు రేడియాలో అధ్యక్షత వహిస్తాడనిన్నీ, ఒక ప్రాంతపు కార్యకర్త అంటున్నాడు. దైవాద్వా అంగారకుడులో కూడా (అసలు అది యుద్ధగ్రహంగనక !) రోమురౌడీశ్వరుడులాంటి వాడుగాని, బెర్లిన్ జులుందారువంటివాడుగాని నియంత ఒకడుఉన్నట్టాయినా, అతణ్ణే అధ్యక్షపదవికి ఆహ్వానిస్తే తీరిపోతుందని సలహా యిస్తు న్నారు. కాని అలాంటివాణ్ణి యీ భూమిమీద అడుగెట్టనిస్తే, అతడు తన్నో, తిట్టో, బెదిరించో లాగేసి యీభూమియావత్తూ వెనక తనదే అనడంగాని లేక తనవాళ్ళందరికీ యిక్కడ ఉద్యో

గాలకి సిఫార్సు చెయ్యడంగాని మొదలు పెడతాడేమో, అని కొందరు బాధపడుతున్నారు. అంగారక గ్రహంలోంచి కాకుండా మరోగ్రహం దేల్లోంచేనా అధ్యక్షుని పిలిస్తే ౧౮౯౧ లో 'గజ్మన్' అనే ఆమెచేత వాగ్దత్తం చెయ్యబడి నేటివరకూ ఎవరిచేతా పొందబడకుండా నిల్చిపోయి ఉన్న వెయ్యిపౌనుల బహుమతీకూడా, దఖలుపడుతుంది కదా అని కొందరు అంటున్నారు. ఏమయినా మహాసభాధ్యక్షుడు—ఆహ్వాన సంఘాధ్యక్షుడు—అన్నట్టు, జరిగేస్థలం వగైరాలు ముందుముందు స్థిరపడవలసి ఉన్నా, ప్రస్తుతం తెలుగుదేశపు వివిధ కార్య కర్తలకి కాబోయే సభనిమిత్తం జనంచేత యథావిధిగా పంపబడ్డ చిత్తు అభినందతీర్మానాలు కొన్ని తెలిసిరావడంవల్ల, అవి ఏరీతిగా ఉండగలవో చూడడానికి వీలు దొరికింది. అవి ఈ క్రింది విధంగా ఉన్నాయి :

నరాలవల శరీరంలో వ్యాపించిఉన్నట్టు, ఇప్పటికే ప్రతీ దేశంలోనూ రైలుపట్టాలు వ్యాపించి ఉన్నా, ఇప్పటికీ "మెయిలు వెళ్ళిపోయిందిగావును, నేను చూడాలనుకున్న ప్లాటుఫారంగార్ని చూణ్ణేలేదు!", "నల్లటి యెడ్లకి గంతలుకట్టి రైళ్ళు లాగిస్తారు" "ఒకొక్క బూడ్సుబండికి రొండేసి తలకాయ లుంటాయి!" "మావూరికి పిక్కంటిమ్మంటే ఎక్కడికో సెప్పమంటాడేటి? నావూ సీడికెందుకన్నాను!", ఏఊరికి టిక్కట్టిమ్మన్నా, ఒకే దగ్గిరదాన్ని నొక్కి టిక్కుమనిపిస్తాడే!" అని అంటూండే జనంగురించి ఈ సభవారు చాలా దుఃఖిస్తూ వీళ్ళు ఒక ప్రత్యేక తీర్మానగౌరవం పొందడానికి అనర్హులని నిర్ధారించి, జాలిపడుతున్నారు.—

ఏదో దేశానికి చెంది, కోటీశ్వరులై, ప్రభుత్వ బలంయొక్క ఆసరా చూసుగుని స్వాధీన దేశాల్లోఉండే గృహారామక్షేత్రాదులు బలత్కారంగా కొని, వాటిని శూన్యస్థలాలుగా చేసి, ఇనపపట్టాల సంకెళ్ళతో ఆస్థలాన్ని కట్టేసి తద్వారా, రసయోగం తెలియకుండానే, తమ ఇనుముని బంగారంగా మార్చుకోగలిగిన రైల్వే సంఘాల్ని ఈసభవారు కొనియాడుతున్నారు.—

ఒక్కొక్క వ్యక్తిచేతులో రూపాయిపడిందంటే బొగ్గులా మారిపోడం మామూలు గనక, జనబాహుళ్యం విడివ్యక్తులలో నమ్మకం ఉంచరని గ్రహించి, సంఘాన్ని నమ్మించడానికి సంఘమే ఉండాలని తెలుసుకుని సంఘాలుగా ఏర్పడి, బొగ్గుని రూపాయిలుగా మార్చుకో గలిగిన రైల్వే బుద్ధివంతుల్ని ఈ సభవారు మెచ్చుగుంటున్నారు—

పెట్టుబడులకీ ధరలకీ సంబంధం ఏముటో జనానికి తెలియరాకుండా అట్టేపెట్టి, రుచికలిగేవరకూ ధరలు తక్కువగా ఉంచి. అలవాటు స్థిరపడడంతోటే ధరలు క్రమక్రమంగా హెచ్చిస్తూ, పోటీకోసం సబబులేని తగ్గింపులు చేస్తూ, లాభాలు పుచ్చుగునేవాళ్ళు ఎక్కడుంటారో కనబడకుండా వ్యాపారం చేయిస్తూ ఉన్న రైల్వే ప్రజ్ఞావంతుల్ని ఈ సభవారు పొగుడుతున్నారు—

అయోమార్గాలు మామూలుగా జనోపయోగం నిమిత్తం అని పైకి కనపడ్డా, యుద్ధంలాంటి అవసరం వచ్చినపుడు స్వలాభం కోసమే అని ఎరిగుండి వ్యవహరించే రైల్వేపెద్దలికి ఈసభవారు నమస్కరిస్తున్నారు:—

వర్ణాశ్రమ ధర్మాలవంటి తారతమ్యాలు మనుష్యుల్లో కూడునా, రక్తాల్లో భేదాలుంటాయిగనకనా, అంతా ఒకటే అనేటంత

సర్వసమత్వం తెలిసిన జాతికి చెందినప్పటికీ, అయోమార్గంలో మొదటిక్లాసు, రెండోక్లాసు, మూడోక్లాసు అంటూ తరతమభావం పెట్టిన రైల్వేసంఘాలవారి వివేచనా శక్తికి ఈసభవారు ముక్కు మీద వేలేసుగుంటున్నారు—

పెద్దబస్తీలలో, ముందు ఊరవతల ఒకస్టేషనూ తరవాత నాలిక కరుచుకుని ఊళ్ళో ఒకస్టేషనూ వేసి, ఊళ్ళో దానివల్ల వచ్చే డబ్బు పట్టిగెళ్ళి ఊరవతలదాన్ని పెంచి, ఊళ్ళోదాన్ని వీలైనంత ఇరుకుగానూ ఏహ్యంగానూ ఉంచినందుకు, ఈ సభ వారు రైల్వేఅధికారుల్ని ఏమనాలో తెలియకుండా ఉన్నారు—

నాలుగేసి వందలమంది ఒక్కొక్కరైలుకి ఎక్కే స్టేషన్లలో జనం విశ్రాంతి తీసుగోడానికి నాలుగైదు బెంచీలు సప్లయిచేసి యధాశక్తి ఏర్పాటు చేసిన రైల్వే అధికారుల్ని ఈసభవారు శ్లాఘిస్తున్నారు—

ప్రతీ ప్రయాణీకులబండీ బయలుదేరడానికి రెండుగంటల పూర్వమే టిక్కట్లకిటికీ తెరిచి ఉంచుతున్నాం అనేరాతతో కిటికీ కంటె పెద్దబల్ల కట్టి అక్కడ పేర్కొనబడ్డ గంట ఒకటికి నిమిషాలు రెండుమాత్రమే అనే షరా రాయడం మరిచిపోయిన రైల్వే అధికారుల్ని ఈసభవారు వహవ్వా అంటున్నారు—

రైల్వే ఉద్యోగాలికి జీతాలు తక్కువ అయినప్పటికీ కొన్ని వందల చేతిసొమ్ము అయినాసరే రవంత ఉద్యోగం రైల్వేలో దొరికితే చాలు అనేటంత ఆదాయం ప్రతీరైల్వే ఉద్యోగస్థుడికీ ఉంటుంది. అనేభావం - భ్రమ! - జనంలో కలిగించిన రైల్వే యజమాన్లకి ఈసభవారు హారతి యిస్తున్నారు—

క్రింది రైల్వే అల్పోద్యోగి లగాయితు పైమెట్టు ఉద్యోగి వరకూ అధికార్లిచ్చేజీతం తారీఖుప్రకారం పుచ్చు గుంటూ, అందుకు అదనంగా, జనం —— తమపన్లు అర్జెంటుగా లాభకరంగా నెరవేరినందుకు - సంతోషించి యిచ్చే ధన కనక వస్తువాహనాలు తప్ప, తక్కిన మరి ఏ యితరమైన లంచాలూ కానుకలూ స్వీకరించకుండా కట్టుదిట్టాలు చేసిన రైల్వే కారకుల్ని ఈ సభవారు ఘనతపరుస్తున్నారు——

రైల్వే పాలకులు తమ పరిపాలనలో, ధనాధికార పైత్య విశేషాలుగాని, వాగ్ధాటిగాని, కూరగాయలు - వస్తువులు – ముడి సరుకులు పగైరాల్లో వర్తకంగాని, గలవాళ్ళని, – ఎందుకేనా ఎప్పటికేనా మంచిదని చెప్పి – కాస్త చల్లనిచూపు చూసి, తక్కినవాళ్ళమీద రూలు ప్రకారం కారాలూ మిరియాలూ నూరడంలో కనపరిచే నిష్పక్షపాతబుద్ధికి ఈ సభవారు ఆశ్చర్యపడకుండా కూచున్నారు.——

తమ రైలు టైముకి ఒకజాము ముందు వెళ్ళి, దాన్నిగురించి తపిస్తూ, ఇంకా అది ఎంతసేపటికి వస్తుందని – తమకు ఫలానా అప్పుడూ అని తెలిసుండీకుడా - కనుక్కుంటూ, కనుక్కోడంలో చివాట్లు తింటూ ప్రయాణాలు చేసేవాళ్ళకీ, రిష్టువాచీ చూసుగుంటూ అంచీలమీద స్టేషన్లోకి కటాకటీగా రైలుదాట పెట్టుగునే వాళ్ళకీ, ఈ సభవారు దణ్ణాలుపెట్టి, చెరిసహం చొప్పున పైరెండు తరహాలవారూ ఆ దణ్ణాలు పంచుకోవలసిందిగా కోరుతున్నారు.-

కుష్ఠులు, బధిరులు. పంగులు, అంధులు, భిక్షులు, – లాంటి వాళ్ళ అవస్థ దుర్భరంగనక, వాళ్ళు రైల్లో ముష్టెత్తుగోడానికి

వాళ్ళని ఊరికే రైలెక్కనిచ్చి, తద్వారా యథాశక్తి దానం చేసు గుంటూ పుణ్యం ఆర్జించుకోడానికి ప్రయాణీకులకి తరుణం యిచ్చి, మరొకళ్ళ ఖర్చుమీద రైల్వే మేష్టర్లు కనపరుస్తూండే దాక్షిణ్యానికి ఈ సభవారు వారిని చాలా కీర్తిస్తున్నారు.—

టిక్కెట్లు కొనుక్కునేటప్పుడు; ఓ పక్కనించి వెడితే ఆలస్యం అవుతుందేమో, తమరికి టిక్కెట్లు అందక తమరు మిగిలి పోవలిసివస్తుందేమో, పెందరాళే కొనుక్కున్నవాడు ముందెళ్ళి పోతాడేమో అనేబాధ చొప్పున అదివరకే అక్కడ నిల బడి ఉన్నవాళ్ళని తొక్కుగుని, వాళ్ళమీద తమ చుట్టఉమ్మి అభిషేకించి, తమ 'టముకు' పెట్టి మొనతో వాళ్ళనిగుచ్చి, టిక్కెట్లకిటికీమీదికి ఎగబడే ప్రయాణీకులు బతుకు తెరువు తెలిసిన వాళ్ళు గనక, వారి అవ్యక్త ఔన్నత్యానికి ఈ సభవారు వారిని నెత్తిమీద పెట్టుగోవాలని చూస్తున్నారు.—

తమయిష్టం వచ్చినచోట తమరు-నిలబడి తమ ఎదురుగుండా ఏ పెట్టికనబడితే అందులోకే ఎక్కి, అందులో ఎంత మంది ఉన్నాసరే వాళ్ళని 'తప్పదు గనక సర్దుకోవాలి' అంటూ, 'ఎంత సేపు-క్షణం' అంటూ, వాళ్ళకి వేదాంతం బోధించుతూ ఉండే జ్ఞానులకి ఈ సభవారు వందనాలు అర్పిస్తున్నారు.—

'టిక్కట్టు' అంటే రైల్వేకంపెనీవారు అది కొనుకున్న వాడి శరీరాన్ని—దైవకృపఉంటే—దానిమీద రాసిఉన్న ఊరికి తీసి కెళ్ళి వదిలిపెడతాం అని టిక్కట్టు కొనుక్కున్న వాడితో పడ్డ పూచీమాటలుగల అట్టముక్క, అనే సంగతి గమనించక, టిక్కట్టు అనేది తాము తమపక్కకూచున్న వాడిమీద చలా

యించడానికి వీలైన అధికారానికి చిహ్నమని భ్రమించి వింత రకపు జంతువులుగా తయారయే ఘనుల్ని చూసి ఈసభవారు హడిలిపోతున్నారు.—

ఖాళీగా ఉన్న పెట్టి వెతికి తనూ తన సామానూ అందులో పడడంతోటే ఫెడీమని తలుపువేసి, వెనకాల ఎక్కబోయే వాడి వేళ్ళు పచ్చడైనాసరే చూడక, 'ఖాళీలేదు. పక్క పెట్టెలోకి వెళ్ళండి' అనే మాదిరి అమూల్యమైన సలహాలు ఇచ్చే మహాను భావుల్ని తగినంత మెచ్చలేక ఈ సభవారు తారెత్తిపోతున్నారు—

డబ్బోసి టిక్కట్టు కొనుక్కున్న జనం, ఒక్కొక్క పెట్టెలో, నియమితసంఖ్య దాటించి—ఎవర్ని ఏమనడగాలో నోరులేక అడగగలిగినా పని తొందరవల్ల తీరికలేక—పడుగూ పేకాలాగ నిలబడి ఉన్నా, అందులోకే, రోగడ ఆర్జించిన సొమ్ము వడ్డీ కేసుగుని కుష్ఠో గుడ్డితనమో కలిగిఉండడంవల్ల రాజకీయమో వేదాంతమో పాడుకుంటూ, పెట్టెల్లోకి జొరబడి, నలుగురి ఎదుటా దమ్మిడీయో ఠోలీయో దానంచేసి కొంతవరకు దానకర్త అని పేరు పొందా లనుకునే ఉదారుల్ని హృదయం కరిగించే మాటలు చెబుతూ, ఈ లోపుగా తమరి శరీరానికిగల వ్యాధీ, కుళ్ళూ, ధూళీ మురికీ ఈ మూలనించి ఆ మూలకి కూచునే జనానికి రుద్ది, వ్యవహరించే ముష్టివాళ్ళనిన్నీ, కంపెనీల వెల్లడినిమిత్తం చౌకగా సాంపిల్ మందులు అమ్మడానికి ఉపన్యసించే ఏజెంట్ల నిన్నీ, ఏమూలనుంచో వచ్చి మేజిక్‌లు చేసేవాళ్ళనిన్నీ, మంచి గొంతుకతో పాడి రకంవారీ పాటలపుస్తకం అమ్మేవాళ్ళనిన్నీ, వస్తువులు అమ్మేవాళ్ళనిన్నీ, రూపాయిఖరీదుచెప్పి చివరికి

అయిదుకాళ్లకి బేరంచెయ్యడానికి వీలైన పుస్తకాలు వంటిమీద ధరించి, వాట్లరకాలూ, వాట్లి ఉపయోగాలూ గురించి ముచ్చటించే వారినిన్నీ, శృంగారపు బొమ్మల పుస్తకాలు తెచ్చి షోకుగా వేషం ధరించిన వారితో వ్యవహరించేవారినిన్నీ, 'జోబిదొంగల' కత్తిరింపులు తిన్నవారినిన్నీ, సూటుకేసులు మారుగిళ్ళు అయిన వారినిన్నీ, ఈ సభవారు చాలా స్తోత్రం చేస్తున్నారు.—

రైలుపడి ఇంతకాలం అయినా, రైల్లో పాకీదొడ్డి ఎట్లా ఉపయోగించాలో తెలుసుకోలేని పెద్దల్ని గురించి ఈ సభవారు నాభి దగ్గిర్నించి దోక్కుంటున్నారు.—

రైల్లో ఎక్కగానే జనసమూహం ఏర్పడ్డా, (అధ్యక్షుడంటూ, దిగి ఎక్కేచోటు గనక, వీలులేక) జనానికి అదుపాజ్ఞ లుండవలసిన అవసరం లేదుగనకనున్నూ, టిక్కట్టు కొనుక్కోడంతోటే కొందరు తాము హృదయశూన్యులయి తమపక్క తమరికి మల్లేనే ఇష్టాయిష్టాలుగల సజీవవ్యక్తులు కూచోడం తమరు మరిచిపోవచ్చని అనుకోడంచేతనున్నూ 'పొగబండి' అనేమాట రైలుకి ఎక్కడ సార్థకం కాకుండా పోతుందో అని పక్కబెదురు కలిగి ఉండడంచేతనున్నూ, ఎదో చెయ్యకుండా ఊరికే కూచోడం కష్టంగనకనున్నూ, రైల్లో చుట్టలుకాలుస్తూ గాలివాటం చూడకుండా కూడా ఉమ్ములేసి అవిన్నీ నిప్పునెరుసులున్నూ ఇతరులమీద పడుతూండడం చూసికూడా రాయల్లా ఊరుకునే ధీరులకి, ఈ సభవారు కైవారం చేస్తున్నారు.—

మగసాయం లేకుండా, ఆడవాళ్ళపెట్టెలో కూచోకుండా ప్రయాణించేసే స్త్రీలున్న పెట్టి చూసుగుని ఎక్కే నాజూకు వేష

ధారుల్ని వారి పుత్రికా వాత్సల్యానికిన్నీ, సుందరమైన విగ్రహాలుగల స్త్రీలున్నబండి మాత్రమే ఎక్కే లౌక్యుల్ని వారి మాతృభక్తికిన్నీ ఈ సభవారు ప్రస్తుతిస్తున్నారు.—

డబ్బుండి, రైలుతొందరలో కాఫీహోటల్లో అడుదుం బడుదుం అంటూ పావలాసరుకు నిలువుకాళ్ళమీద పరామర్శించి, గబా గబా రైల్లోపడి, వేషంలోనూ జుట్టులోనూ నాగరికత వెడలగక్కుతూ, చదవడం తెలిసినా నూతనవార్తా ప్రియత్వం ఉన్నా, చూసిచూసి అర్ధణాపెట్టి స్వంతానికి పత్రిక కొనుక్కోక, పక్కవాణ్ణి 'మీరు పేపరు చదివారా?' 'మీ పేపరు ఓసారి ఇస్తారా?' 'మీపత్రికలో ఒకషీటు విడగొట్టి ఇల్లా ఇస్తురూ' అని ఎరగనివాడి దగ్గిరకూడా యాచించో, పక్కవాడు తనపేపరు తను చూసుగుంటూంటే అతడిమీద శ్వాస లొదల్తూ దగ్గిరకొచ్చి తనూ చదువుకుంటూనో, లేక ఎరగనివాడు తను కొనుక్కున్న పత్రిక అక్కడ పెట్టి ఏస్నేహితుడితోటో కబుర్లు చెప్పుగోడంలో ఉండగా వాణ్ణి అడక్కుండా తీసేసుగునో, ఇట్లా చెయ్యడంలో తనయొక్క గడుసు దనానికి లోపల తనే ఆనందించుగుంటూ, పులిస్తరాకులమీద జంతువులు ఎగడ్డట్టు, పరాయివాడి పత్రికమీద విరుచుగుపడి, తను దిగేవరకూ ఆ ఎంగిలిపత్రిక ఇదిగో అని యజమానుడికేనా యివ్వకుండా, చదువుతూండే ధనికుల యొక్క ధనత్వం, ధన్యత్వం, సరసత్వం గురించి ఈసభవారు బెంగెట్టుగుపోయి హోరున, ఆనందిస్తున్నారు.—

గంటలకి గంటలు ప్రయాణం ఉన్నా, ఏమీ చెయ్యకుండా కిటికీకి దగ్గిర స్థలం సంపాదించుగుని, తమతాలూకు మూట పైన

పెట్టుగుని, బయటికి చూ స్తూ కిమ్మనకుండా గడిపే ఆలోచన పరుల్ని ఈసభవారు హెచ్చరిస్తున్నారు.—

సూటుకేసులు, పరుపులు, పీటలు వగైరాలు కిటికీల్లోంచి లోపలికి గిరవవేసి రైలు ఇక వదలబోతోందీ అన్నప్పుడు ఎక్కి, అదివరకే కర్మవశంచేత లోపల కూచున్న వీళ్లైనంత మందికి ముడుసులు విరగ్గొట్టేవాళ్ళ అహింసా భావానికిన్నీ, వేగానికిన్నీ ఈసభవారు వారిని మర్యాద చేస్తున్నారు.—

నిద్దర, జబ్బు. నోరు. జబర్దస్తీ, బిచాణావగైరాలు ఉపయోగించి నియమితస్థలంకంటె ఎక్కువ తమరు ఆక్రమించుగుని, అదే తమ ఆధిక్యత అని గర్వించే మహత్తరుల్ని ఈ సభవారు ఆరాధిస్తున్నారు—

పరాయివాడిచేత కిరాయిపెట్టించిగాని, బల్ల కింద దూరిగాని, పాకీదొడ్లో నక్కిగాని, సమయానికి అవతలవేపున దిగిగాని, ఇతరత్రా దగాచేసిగాని, సన్యాసులైగాని, కావలసినవారైగాని, నెత్తిమీద వారైగాని, తత్సంబంధం కలవారైగాని, ఎల్లాగో అల్లాగ టిక్కట్టు స్వంతంగా కొనకుండా ఉచితప్రయాణంచేసే అదృష్టవంతుల్ని ఈసభవారు బ్రహ్మరథం పడుతున్నారు—

అతిజవంతో రైలు పోతూన్నప్పుడు అందులో కూచుని బయటికి చూస్తే దగ్గిరవని మనం అనుకునే వస్తువులు మన్ని విడిచిపెట్టి దూరంకావడమున్నూ, దూరానివే మన కూడా రావడమున్నూ ప్రతి నిత్యమూ గమనిస్తూండీ కూడా, తాపత్రయంపడే మహామహుల్ని ఈసభవారు ఊరేగించి గౌరవిస్తున్నారు—

తను ఎంతో వేగంతో పోతున్నా ననుకుంటూ, రాత్రప్పుడు, నక్షత్రాలకేసి చూస్తే తనూ, తనవాహనం, తనలోకం - వీటి ఉనికీ ధూకుడూ మాకేం తెలుసును అన్నట్టు ఆ నక్షత్రాలు నిర్ని మిత్తంగా ప్రకాశిస్తూఉండడం గమనించి మానవుణ్ణి అల్పుడుగా కట్టేవార్ని ఈసభవారు నిరసిస్తున్నారు—

శాంతంగా ఆలోచిస్తే రైలుప్రయాణం అనేది చిన్న ప్రయాణంలో జీవితప్రయాణం లాంటిదే అనిన్నీ, మానవ స్వభావాలు బయటపెట్టడానికీ మానవుల్ని తయారుచెయ్యడానికీ, అది చాలు ననిన్నీ అనేవారిభావం శుద్ధపేలవం అయినప్పటికీ వారు అల్లాంటివి ప్రకటింప సాహసించి నందుకు ఈసభవారు వారిమీద కొంచెం కోపం దాల్చడానికి ముహూర్తం వెతుకుతున్నారు.—

తిండివిశేషాలు

[12—11—1939 తేదీని రాజమంద్రీచుట్టుపట్ల ఒక వనంలో సంతర్పణ జరిగింది. ఆ తేదీనే చాలా జరిగి ఉంటాయి గాని, వాటిల్లో ఇది ఒకటి. అందు నిమిత్తం గ్రామాంతరాల్నించి సార్థకులైన ఆంధ్ర ఉద్యోగులు విరివిగా రావడానికి ఏర్పాట్లు కావడం, అట్లానే చాలామంది రావడంకూడా జరిగింది. దీన్లో అదనం ఏమిటంటే, సంతర్పణానంతరం-పోనీ, సంతర్పణకి తప్పనిసరి ఫలితంగా ఉండే క్షుద్రనిద్రానంతరం, అనగా మూడు గంటలికి ప్రారంభించి - ఒక మాటలప్రదర్శనంకూడా జరుగుతుందని కరపత్రాలు అచ్చుపడ్డాయి. అధ్యక్షులు ఫలానా, వక్తలు ఫలనా అంటూ కార్యక్రమం వాటిల్లో ఉంది. లోగడే కార్యదర్శిగారు నన్ను గౌరవించి ఆ సందర్భంలో నన్ను ఒక వక్తగా ఉండకోరారు. నేను ఆయనికి విధాయకుణ్ణి అవడంచేత 'కాదు' అనసూలేక, అయినా వెంటనే ఒప్పుగోనూ ఒప్పుకోక, "ఎంత చదువుకున్నవాళ్ళయినా ఎంత 'అర్థం' చేసుకోగలవాళ్ళయినా, ఉదాత్తగా భోజనంచేసిన తక్షణం ఏ ఫలారం అంటిదో పుచ్చుకోగల్రుగాని, ఉపన్యాసాలవంటివి బొత్తిగా స్వీకరించలేరేమో. ఆ రకం పదార్థాలు ఆ సమయంలో విషమించవచ్చునుమండీ!' అంటూ నసగడం మొదలెట్టినా, ఆయన తన ఉత్సాహంలో "వల్లకాదు, మీరు ఒప్పుగునితీరాలి;" అని, నా చేత "సరే లెండి" అనిపించి, వక్తల జాబితాలో నన్ను కూడా అచ్చు కొట్టేశారు. అక్కణ్ణించి, నేనూ కొంచెం బుర్రదులిపి, పేల్చ

డానికి వీలైనసామగ్రి కొంతసిద్ధం చెయ్యవలసొచ్చింది. మరోవిషయం మరోవిషయంఅయితే అప్పట్లో మరీ వికటించి పోతుందేమో అనిభయం పట్టుగోవడంవల్ల, జనం అందరూ అంతకి పూర్వమే ఆచరణవల్ల గ్రహించి ఉంటారుగనక భోజనప్రమేయమే ఎత్తుగుని కొన్నిసంగతులు వడ్డించుదాం అనిన్నీ. ఏ ఘట్టంలోపదార్థం మిక్కుటం అయిపోయి వెళ్ళిపోయేలా కనిపిస్తుందో అక్కడితో తక్కున ఆగిపోయి జీవక్షోభ కలగకుండా జాగర్త పడదాం అనిన్నీ ఆయత్తం చేసుగున్నాను. అయితేం! మనవశమా! సంతర్పణ అయింది. రిమార్కులు అయినాయి, నిక్కచ్చిగా దంతపుపని చేసినవాళ్ళ ఆపసోపాలు అయినాయి. ఇటూ అటూ దొర్లుతూ కునుకులాగడాలు అయినాయి. కొంచెం గానా బజానా అయింది. ఏల్లానో తంటాలుపడి, దాని మొహం ఈడ్చా, సాయంత్రం అయిదుగంటలు కూడా అయింది. తక్షణం కొందరు బ్యాంకుఉద్యోగులు, "కొంపతవ్వి కరపత్రాల్లో నిరూపించి ఉన్న ప్రకారం, ఆలస్యం అయితే అయిందని, మీటింగూ దానితాలూకు ఉపన్యాసాలుకూడా ఎక్కడ రుద్దేస్తారోకదా, ఇవన్నీ భరించడం ఎల్లారాభంగవంతుడా!" అని బెంగపెట్టుగున్నట్టు బిక్క మొహాలు వేశారు.దానికితోడుమాముఖ్యస్నేహితుడొకాయన, 'మరిఆలస్యం చెయ్యక మీటింగు కానిత్తాం, బల్లలు సర్దండి' అనే సంగతి చకచకా నిష్కర్షగా మంచినీళ్ళ ప్రవాహంగా ఆంగ్లంలో అనేశాడు. 'సభంతపనీ జరిగిపోయిం దన్నమాటేరా దేవుడా' అని కొందరు ఉద్యోగులు నిస్పృహలో పడిపోయారు. ఏనాడు చేసుగున్నదో ఖర్మ అనుభవించాలి గావును అనుకోడంవల్ల గావును, కొందరికి

మొఖాన్ని కత్తివాటువేస్తే నెత్తురుచేదు. కాని కొందరు గడసర్లు ధైర్యం అవలంబించారు. "అన్నట్టు, ఫోటోతీయించుగోవాలి గావునుగా! అదిచాలా ముఖ్యం. వెలుగుండగానే ఇల్లు చక్కబెట్టుగో మన్నాడు. ఫొటో చిక్కబట్టుగో మన్నాడు. ముందు ఫొటోయే! తరవాత తతిమ్మావి" అని మాట్టాడుతూనే, వాళ్ళు, బల్లలూ, కుర్చీలూ అవీ ఉన్నచోట్నించి ఓ ఫర్లాంగుదూరం ఈడ్చేశారు. సూర్యాస్తమయంవరకూ వాళ్లు నిమ్మ నిమ్మళంగా ఫొట్టిగ్రాపు దిగుతూనే ఉండిపోయారు. మెట్టుకి ఒక్కడూ వక్తలున్నవైపైనా రాలేదు. కార్యదర్శిగారు చాలా నొచ్చుగుని, వక్తల్ని క్షమాపణ కోరుకున్నారు. వానప్రస్థంరోజునే ఉపన్యాస సన్యాసం కూడా సిద్ధించి శ్రమ లేకుండా రెండాశ్రమాలు లభించడం జన్మకి చాలుగదా అని వక్తలన్నారు. కార్యదర్శి ఆ ఫొట్టిగ్రాపు చెట్టుదగ్గిరికి మళ్ళీ వెళ్ళి చూసొచ్చి, కొందరు కుర్చీలకి అంటిల్లా అయిపోయారనిన్నీ, కొందరు మౌనవ్రతంలో పడ్డట్టు చెప్పారనిన్నీ తక్కినవాళ్ళు పంచబంగాళం అయిపోయారనిన్నీ చెప్పారు. "అయ్యా! ఇప్పుడొచ్చిన ప్రమాదం ఏమీలేదు. శూన్యోపన్యాసాలకే, అర్థం చేసుకోగలవాళ్ళు కూడా హడిలిపోవడం వేళావిశేషం! మీరు చేసింది పదార్థాల సంతర్పణ. మాది పదాల సంతర్పణ. అదీ ఇప్పుడు దేవల తర్పణ అయిపోయింది. మాపదాలు మేం నోటితోనూ అనచ్చు, లేకపోతే ఆ నోటియెంగిలికూడా తగలనీయకుండా, పత్రాలమీదకూడా పెట్టచ్చు. అల్లానే కానిస్తాను. అసలు నే చెప్పదలచిన దాల్లో కొన్ని లెఖ్ఖలూ, అంకెలూ వచ్చేపట్లు ఉండడంవల్ల అది లిఖితం

చేసుగునే వచ్చాను, రచనకి కారకులుగనక మీకు ప్రత్యక్ష నమస్కారం. వద్దుమొర్రో అంటూ ఉన్న తమ సమక్షంలో చదవబడకుండా తప్పిపోడం అనే పుణ్యం నా రచనకి పుట్టగానే కట్టిబెట్టిన తక్కినవారికందరికీ లోపాయికారీగా నమస్కారం. సెలవు" అని నే నన్నాను. అయిపోయింది. నిష్క్రమించి మేం వచ్చేశాం. రచన అల్లానే ఉండేసింది.

ఇంతలో 17—2—1940 తేదీని రాజమండ్రి ఆర్ట్సుకాలేజీ పూర్వవిద్యార్థి వార్షికోత్సవం తాలూకు సమావేశం వచ్చింది. నేను అక్కడ పూర్వవిద్యార్థినై ఉండడంవల్లా, ఆంధ్రదేశపు విద్యాధిక సమావేశాల్లో ఆ సందర్భపు సమావేశం ఒకటి అవడంవల్లా, విద్యాసక్తిగల స్త్రీ బాల వృద్ధులతో నిండిన సభ యెదట నిలబడి ముఖాముఖీగా మాట్లాడ వలసిన అవసరం వచ్చినప్పుడు వక్త గమనించవలసిన సార్వజనీనతా, మార్దవం, వైవిధ్యం మోతాదూ గురించి అనేకంగా నేను నేర్చుగోడానికి అదే తరుణం అవడంవల్లా, ఆసందర్భపు ప్రణాళికలో నేనూ పడ్డాను. కాని, ఆరోజున ఇతరవిషయాల్లో చాలా ముఖ్యమైనవి ఉండడంచేత, నాకు ఇచ్చిన వ్యవధి చాలక, నాకు కొంచెం-అనగా చాలా- ఉక్కిరిబిక్కిరి అయింది. ఏదేనా సమగ్రంగా చెప్పడానికీ వీలులేకుండా, పోనీ, మానడానికీ వీలులేకుండా వచ్చింది. నేను సరాసరా ఉపోద్ఘాతం కానిచ్చుగుని, "అబద్ధం. ఆడడం" గురించి ఒక పరిచ్ఛేదం చదివి, విషయం మారుస్తున్నానని చెప్పి. ఈక్రిందిరచనలో తిండిపోటీలున్న ఘట్టంలో కొంత మాత్రం తిరగేశాను. ఆవాక్యాలలోపేర్లూ, స్థలాలూ, అంకెలూ,

లెఖ్ఖలూ, తేదీలూ, ఉంటూండడంచేత వాటి యాథార్థ్యం నేను నమ్మే చదివాను. కాని. వాటిల్లో, చెప్పులు తినడపు పందెం సంగతి నేను చదువుతూన్న క్షణంలో, చీమకేనా సందులేకుండా ఉన్న ఆ మహాసభలోంచి ఒక పురుషుడు (-శ్రీ శ్రీ సర్ కె. వి. రెడ్డి నాయడుగారు అధ్యక్షత వహించిన అంత సభలో ఉన్న అంత మందినీ నేను అసత్యాలు చెప్పి మోసగిస్తూన్న సంగతి తన ఒఖ్ఖడే హఠాత్తుగా పరిశోధించినట్టు- నేను అబద్ధం ఆడడం గురించి అంతకిపూర్వమే ముచ్చటించిఉన్న వాణ్ణవడంచేత ఆ తరవాత నేను ప్రసంగించేది ప్రతీదీ మంచి అబద్ధం అయి ఉండక పోతుందా అనే అఖండానుమానం తన్ని పీడించుతూన్నట్టు-) లోకకల్యాణం నిమిత్తం నావాక్యం కేవలం కోత అనీ ఋజువు చెయ్యడానికిట, "కొయ్ కొయ్" అనే శంకారావం చేసి, తను రెండు కోతలు కోశాడు.

నావి ఆత్మస్తుతిగల వాక్యాలై ఉంటే వాటిని రెండుకాదు మూడుకోతల దువ్వెన్నలాగ కొయ్యచ్చు. కాని, స్థితివేరు! వారు అవస్థావశంచేత గౌతమీస్నానం నిమిత్తం రాజమండ్రీ వేంచేసిన తైర్థికులై ఉండవచ్చునని నా రాజమండ్రీత్వానికి తోచి, నేను ఆధ్వని వచ్చిన వేపు తిరిగి, "అయ్యా! నావాక్యాలకి లిఖితమై నమ్మతగ్గ ప్రమాణం నాదగ్గిర ఉందండి! ప్రస్తుతం క్షమించండి" అనేసి, అప్పట్లో వ్యవధిలేని స్థితిలో ఉండడంవల్ల ఊరుకున్నాను. కాని, ఇప్పుడేనా సప్రమాణంగా ఉంటే ఆనాటి మహాసభకి హాజరై ఉండి అవేళ కమామీషు జ్ఞాపకంఉండీ, ఈ రచనచూడ తటస్థించే రాజమండ్రీవాళ్ళేనా నన్ను శంకించకుండా

ఉంటారుగదా అనేధైర్యంచొప్పున అటువంటి వాక్యాలచివర జగత్ప్రసిద్ధిగల ఒకానొక వారపత్రిక యొక్క సంచిక నెంబరూ, మరి దాని తరవాత ఆసంచికలో ఆయా పోటీసంగతి అచ్చుపడ్డ పేజీ సంఖ్యా ఇచ్చాను, అన్ని వేల సంచికలు కోతలతో భూమిమీద చెలరేగడం కష్టం. అయినాసరే, ఆ పత్రికమాత్రం కొండమీంచి ఊడిపడిందా అంటే, మరి నమస్కారం!! పేర్లూ, అంకెలూ, లెఖ్ఖలూ ఉన్నాయిగా! హృదయం, బుర్రా, ఓపికా, పట్టుదలా ఉంటే ఋజువుచేసి చూసుగోడానికి వీలున్న సంగతులుకూడా చెవికి ఇల్లా తగిలాయో లేదో ఆపళంగా కొయ్‌కొయ్ మని గర్జించి తెయ్‌తెయ్ మని ఆడేసేకంటె, తణిఖీచేసి యథార్థం తెల్చుగునే దాకానేనా ఆగడం ధర్మం. విద్యావంతుడు వినగానే తను విన్నది ప్రతిదీ నమ్మేసెయ్యగూడనిమాట నిజమే. కాని, క్షణానికి ఒకటిచొప్పున మహాద్భుతాలు అని వెనక అనుకుంటూండబడేవి సుసాధ్యాలూ, సాధారణాలూ అయిపోతూన్న ఈ యుగంలో, చెవినిపడ్డ ప్రతీ సంగతీ, ఒకవేళ దాఖలా అయే బాపతేమో అనికూడా ఆగకుండా, బేసమయం అయినాసరే, మూకలో నక్కడానికి వీలున్నంత మాత్రాన్ని, ఇతరుల ఖర్చుమీద శ్రమలేకుండా నుంచున్నపాటన నీచపుకీర్తి పబ్లికుగా నొల్లుకుని ఖాయంగా ఉంచేసుగోవాలనే కక్కుర్తి తొందరలో 'అబద్ధం, అయథార్థం' అని కేకలెట్టి, తద్వారా రసాభాసం కల్పించి, ఆక్షణంలో విజయంతందే అనుకుని గర్వంకూడా వహించి, తనకంటె చిన్నసైజు మైరావణులైన లోకువస్నేహితుల దగ్గిర అపవిత్ర స్థలాల్లో పచ్చిడచ్చీలు

కొట్టుగోడం విద్యార్థికుడియొక్క లక్షణంలా కనిపించదు,—అందులో మళ్ళీ ఇంగ్లీషు విద్యార్థికుడియొక్క లక్షణంలా అసలు కనిపించదు. అయినా చెప్పలేం! స్వాతంత్ర్యపురోజులు : 'మరి ప్రకృతం—']

భోజన సందర్భాల్లో ప్రసంగాలు మనలో వాళీ ఉన్నట్టు తోచదు. భోజనకాలంలో గోవిందనామ స్మరణతోనే ఆర్యులు—అనార్యులూ అంతే అయిఉండదు—తృప్తి పొందుతారుగాని, ఐహికస్మరణ చెయ్యరు. దేవుణ్ణి తల్చుకునేటప్పుడు జోరుగా సమూహంగా అరవడంవల్లకుడా గొంతిగ సాఫీపడి భుజించ డానికి ఎక్కువ అనువుపడుతుందని కొందరి ఊహ! అయినా ఈ (మిథ్యా) వనభోజనసందర్భంలో ఎదైనా మామూలు ప్రసంగం చెయ్యవలిసిందని నిర్వాహకులు నన్ను కోరడంవల్ల భయపడు తూనే నేను అంగీకరించడమైంది. సభ్యుల్లో పరిచితులు విశేషంగా లేనప్పుడు చనువుగా మాట్టాడ్డానికి కొంచెం బెదురుగా ఉంటుంది. కాని, మానవవ్యక్తుల స్వభావనిర్ణయంలో జోక్యంలేని మాటలు కొన్ని చెబుతున్నాను గనక అపరిచితులైనా ఏమీ మరొఘాలాగ ఎంచవద్దని ప్రార్థన.

ప్రాణరక్షణకోసం తినేది తిండి అంటారు. అందుకోసమే కాకుండా విలాసంకోసం కూడా భుజించే సందర్భాన్నీ, అవ కాశాన్నీ, పదార్థాల్నీ భోజనం అంటారు. ఏదేనా సందర్భంలో, భోక్తా పదార్థమూ ఉంటేగాని భోజనంఉండదు. సందర్భంఅంటే: తిండితినడం, అయిందనిపించడం, ఎంగిలిపడడం, మూతి తుడ్చుకుగోడం, మెతుగు కొరకడం, షంచిమాట చేసుగోడం,

వాలాయితు తీర్చుకోడం, పథ్యం తినడం, పోగు చెల్లిం చడం, విందారగించడం, మనుగుడుపులు, దేవతార్చన, సాపాటు, పార్వణం, అశనం, పిండం—ఇల్లాగ్గా మిక్కిలి ఉన్నాయి. భోక్తల్లో రకాలు చెప్పడానికే ఇది సమయం కాదు. ఏమంటే, వాళ్ళవయస్సులూ, ఆశ్రమాలూ' స్వభా వాలూ, స్థితులూ, పరిస్థితులూ, అవస్థలూ – ఈ రీతిగా భోలెడు చూడాలి. కాని, ప్రతీభోక్తకీ ఒకశరీరం ఉండి తీరాలి. స్థూలంగా చెప్పాలంటే, 200 ఎముకలూ, 500 కండరాలూ, రోజుకి లక్ష సార్లు కొట్టుకొనే గుండె, చదరపు అంగుళానికి 3000 రంధ్రాలు గల చర్మమూ మొదలైనవి ఉండి తీరతాయి. ఇల్లాంటి శరీరం యొక్క రక్షణకై సగటున రోజు 1 కి అయిదున్నర పౌన్లు ఆహారం – అనగా దామాషాయిాని సంవత్సరానికి ఒకటన్ను బరువు తినుబండ త్రాగుబండాలు మానవుడు లోపలికి పుచ్చుగో వలసి ఉంటుంది అని శాస్త్రజ్ఞులు లెఖ్ఖవేశారు, (నెం. 2972 పే. 5.)

ఆహారపదార్థం ఏది కావచ్చును అనేది ప్రశ్న. దీనికి సమా ధానం చాలావిశాలం. ప్రాణంగాని ప్రాణాన్ని పోషించలేదు. అందుకని పెద్దప్రాణం చిన్నప్రాణాన్ని మింగేసినప్పుడుగాని నిలబడదు. అందుచేత మానవుడు ఇతర ప్రాణుల్ని తినేస్తాడు. మనుష్యుల్ని తినేసే మనుష్యులు ఇప్పుడుకూడా అక్కడక్కడ- పోనీ ఎక్కడో అక్కడ - ఉంటారని కొందరు చెబుతారు. ఉండ వచ్చును! మనలో ఒక్కొక్కడికి ఇంకోడిమీద తీవ్రకోపం వచ్చినప్పుడు వాణ్ణి తినేసేటట్టు చూస్తాడు, గాని తినేసెయ్యడు.

సాధారణంగా మానవుడు జంతువుల్ని పుచ్చుగుంటాడు. తన్ననే తినేస్తాయేమో అనేభయంఉన్న క్రూరజంతువుల్ని మానవుడు వదిలేస్తాడు. కడంవాటినే కానిస్తాడు. అటువంటివి తిన్నకొద్దీ పుడుతూంటాయి. పుట్టినకొద్దీ తినబడుతూంటాయి. పళ్ళగట్టీ, నాలికవాడీ, ముక్కు దళసరీగల మానవులు పచ్చి జంతువుల్నే కొరుక్కొని తినేస్తారు కాని, నాజూకుమనుష్యులు తమ నేర్పువల్ల కొన్ని భాగాలు స్వీకరించి, కొన్నింటిని విసర్జించి, ఇతర ఘనద్రవ పదార్థాలతో కలిపి, అగ్నిమిత్రసాహాయ్యం పొంది, కొత్తసమాసాలు సృష్టించుగుని పుచ్చుగుంటారు; అల్లానే గాల్లో పక్షుల్ని, నీళ్ళలోచేపల్ని స్వీకరిస్తారు. ఆ పైని మానవులు వృక్షాల్ని మూలం లగాయితు చిగురు వరకూ తమ ప్రజ్ఞవల్ల చేర్చి నూతనమిశ్రణాలు కల్పించుగుని తింటారు, మూలానికి నాశనం రానీకుండా చెట్లు ఇచ్చే ఫలంగాని, జంతువులిచ్చే రసంగాని పుచ్చుగోడం కొందరిమతం, చెట్టుయొక్క ఫలం కోసుగునేటప్పుడు కూడా దాని ప్రాణానికి హానికలుగుతుంది గనక. చెట్టునుంచి వాటంతట అవే రాలిపోయిన ఫలాలే తినాలనికొందరిబాధ. వానకి మొల్చి గాలికి పెరిగే నీవారం తినాలని కొందరి తంటాలు. దూడవెళ్ళి ఆవుదగ్గిర పాలు తాగేటప్పుడు రేగే నురగ రేణువులు దూరాన్ని ఉండి ఆరగించాడు ఒకాయన అన్నారు. పరిశుభ్రమైన జలం తాగి వాయువు పీల్చి జనం జీవించాలి అంటారు కొందరు. వీళ్ళందరికీ ఉద్దేశం ఏమిటంటే, ప్రాణం విలిపే మూలకణాలు గల పదార్థాలు కొన్నీ ప్రాణం తీసేవే కణాలు గలవి కొన్నీ ఉన్నాయనిన్నీ ప్రాణం నిలిపేవే పుచ్చు

గోవా లనిన్నీ, అవయినా మోతాదు చూసుగుని, వేళ పట్టున, తత్వాన్నిబట్టి, కాలానుగుణ్యంగా, అందుబాటు ఆలోచించి, మొహమాట పడుతూ పుచ్చుగోవలసి వుంటుంది అనిన్నీ.

కాని, ప్రపంచంలో జరుగుతూండే తిండిపోటీలు గమనిస్తే చాలా ఆశ్చర్యంవేసి, ప్రాణాపాయం అయినవస్తువులు అసలేలేవా అనిపిస్తుంది; తిండికి హద్దులేదా అనిపిస్తుంది. చూడండి: స్టాట్ ఫోల్డులో జె. కొండార్ అనే అతడు నాలుగుపౌన్ల బరువుగల చేపల్ని ఒకగంటలో తినలేడు—అని ఒకడు పందెం వేశాట్ట. అయితే, అతడు అన్ని చేపలూ 20 నిమిషాల్లో తినేసి ఊరుకోక పైపెచ్చు ఏడుపైంట్ల 'బీరు' పీల్చేసి పందెంనెగ్గి రాయల్లా ఉన్నాడు [2880-4]. లాస్ యాంజెలిస్‌లో కోడిపెట్టలు తినడం పోటీ జరుగుతూంటుందిట. 1936 వ సంవత్సరపు పోటీలో మూడేసి పౌన్ల బరువుగల 10 కోడిపెట్టల్ని—15 పౌన్ల బరువు మసాలతో సహా—తినేసి ఎడ్నాపాటర్ అనే అదృష్టవంతురాలు నెగ్గిందట [2887-12]. పెద్దరకం అరిటిపళ్ళు తినడం పోటీలో ఆల్బర్టా నగరానికి చెందిన మెక్‌గీ అనే దొర ఒకటి మాత్రమే ఎక్కువగా మెక్కి పందెం నెగ్గాడట. అవతల పోటీదారు 42 మాత్రమే పుచ్చుకో గలిగాడట, ఇతడు 43 ఊదేశాడు [2911-5]. ఏడేసి అంగుళాల వెడల్పు గల పెద్దపెద్ద బిందిరొట్టెలు 36 మాత్రం 61 నిమిషాల్లో నమిలేసి ఒక అమెరికా దేశస్థుడు యునైటెడ్ స్టేట్సులో రొట్టెల మహాసమ్రాట్ అనే బిరుదం పుచ్చుగున్నాడట [2894-4]. యూగోస్లావియాలో ఒక ముష్టివాడు పచ్చికప్పల్నీ, చేపల్నీ, ఎలకల్నీ, పాముల్నీ జనం

ఎదట భక్షించి యాచనవల్ల జీవయాత్ర చేసేవా డున్నాడు [2917-4]. టర్కీలో డెమీర్‌డ్రీలో ఒక రయితు మామూలు కూర తరిగినట్టు తన రెండుచెప్పులూ తరిగి, ఇంతవెన్న ఆ చెప్పు ముక్కలికి పామి ఒక్క అరగంట వాటిని పెనంమీద వేయించి, దింపి లగాయించేసి పందెంనెగ్గి బహుమతీ నవరసు విలువా పుచ్చుకున్నాడట [2968-3]. నో వాస్కోషియాలో ఒకబాలుడు ఒకకత్తిరేకూ, ఒక ఎలెక్ట్రిక్ బల్బూ తినేశాడట. ఇంకొక మనిషి ఇనపతీగెలూ, తీగెచుట్టలూ తినేస్తున్నాడు అని తెలిసి, వాణ్ణి తీసి గెళ్శి గ్లాస్గో కారాగృహంలో పెట్టగా, వాడికి బుద్ధిరాక, వాడు ఇనప గడియలూ, ఊచలూకూడా తినెయ్యడం మొదలెట్టాడట. డార్జిలింగ్‌లో యోగుల స్నేహంసంపాదించిన ఒక ఐరిష్‌వాడు ఒకేసారి 150 మేకులూ, 700 గ్రామఫోను సూదులూ తినేశాడట, చావలేదు. వీరందర్నీ మించినవాడు ఒక జర్మన్ సామంతుడు. ఆయన 150 మేకులూ, 102 ఇత్తడి సూదులూ 150 గాజు ముక్కలూ, 7 గుబ్బపులాడపు మేకులూ, 6 నాణెపు కాసులూ, 3 కళ్ళెపుముక్కలూ, సీసపుముద్దా, 20 ఇతర సామానులూ తినేసి చావడంలేదు దిబ్బాలేదు. 'బోయిలర్' లాగ అల్లానే ఉన్నాడట [2944-6]. విషద్రావకాలు తాగి చావకుండా నిల్చినవార్ని ఎరుగుదుం. విషం పెట్టగా తెలియక తినేసి చావకుండా నిల్చిన శాండో రామమూర్తిని ఎరుగుదుం. మనదేశంలో పోటీలు, ప్రాణాపాయం కావు అని అందరూ ఎరుగున్న పదార్థాలతోటే గనక విస్తారం అవసరంలేదు. అవసరమైన పాదరసంతో ఆహారం కల్పించుగుని, అది బుగ్గనో కంఠంలోనో ధరించి, మరి ఏళ్ళతరబడి ఆకలి దప్పులుగాని విసర్జనగాని లేకుండా విహరించగల మనుష్యులు హిమాలయ గుహల్లో ఉన్నట్టు స్నేహితులు చెబుతారు.

దేనివల్లా ప్రాణాపాయం రాకపోవచ్చునని పైవాట్లవల్ల తెలుస్తూంటే, ప్రాణరక్షణకి ఏదైనా చాలని చెప్పడానికి కొన్ని నిదర్శనా లున్నాయి మేబిల్ యాష్వర్త్ అనే ఆమె 11 ఏళ్ళనించి పాలుమాత్రం తాగి ఉంటోందిట. పంచదార మట్టుకు జాస్తిగా వేసిన 'టీ' మాత్రం తాగి ఇ. హోర్ అనే ఆమె 18 ఏళ్ళనించి ఉందిట. వీళ్ళిద్దరూ ఇంగ్లండువాళ్ళే. ఇండియాలో, బంకూరాలో ఉప్పుకలిసిన నీళ్ళుమాత్రంతాగి, 56 ఏళ్ళనించి జీవిస్తున్న గిరిబాలాదేవి ఉంది [2920-4], యుద్ధసమయంలో ఒకస్త్రీకి దొరతనంవారు దినవెచ్చం ఇయ్యసంకల్పించగా ఆమె తనకు అది అవసరం లేదనిన్నీ, తానుక్రితం 12 ఏళ్ళనించీ ఆహారపానీయాలు లేకుండానే జీవించు కొన్తున్నాననిన్నీ చెప్పిందట [ఇది ఆవారపత్రిక 3043 నెంబరు 6-వ పేజీలో 24-2-1910 తేదీగల సంచికలో ప్రచురం అయిన సంగతి గనక, సంతర్పణనాటికి గాని, సభనాటికి గాని, నేను ఇది తెలుసుగునీ ఉండలేదు, 'కొయ్య' నూ లేదు.]

ఇక, భోజనపదార్థాలవల్ల కలిగే ఆరురసాల్లోనూ ఉల్బణ. అనుల్బణ, ఉల్బణానుల్బణ అనే 'ముయ్యారు, భేదాల్లోకీ ఇప్పుడు వెళ్ళను. అదీకాక, పదార్థం, రుచి, పాకం రసం అనే మాటలు భోజనంలోనే కాక, కవిత్వంలోకూడా ఉన్నప్పటికీ అందులోకి కూడా ఇప్పుడు ప్రవేశించను. ప్రవేశిస్తే మోతాదు ఎక్కువ అవుతుంది. ప్రాణాపాయం అనుకున్నవన్నీ ప్రాణం తీయవు. సరిగదా, ఒక అవస్థలో ప్రాణాన్ని రక్షిస్తాయి. కాని, ప్రాణాధారం అని మనం అనుకునే అన్నమే మోతాదు మీరి విషం అవుతుంది. మాటలుకూడా అంతేగా! ఆగుతాను!

"ప్రాణాః ప్రాణభృతా మన్నం, } అనిగదా మాధవుడు!
త దయుక్త్యా హిన స్త్యసూన్ }

లోకో భిన్నరుచిః

'లోకో భిన్నరుచిః' అనేది అంతా ఒప్పుగునే సంగతే. పైకి చిన్న వాక్యమే కాని, ఇందులో లోకం, భిన్నం, రుచి అనే మూడు మాట లున్నాయి. వీటిలోకల్లా భిన్నం అనే పదం ఒకటే సులువు. ఏమంటే, జనం అంతా యధావసరంగా భిన్నం అవుతూండడం, యథాశక్తిగా భిన్నం చేస్తూండడం పరిపాటి. లోకం అనేది ఊహాతీతం. 'లోకమంటే యేమిటి, గంజిగుంట అను కున్నారా?' అంటాడు గిరీశం. అయినా, ఆ మాటకి ఎంత పెద్ద అర్థం ఉన్నా, అది మిక్కిలి సంకుచితంగా పుచ్చుగుంటే గాని బుర్ర ఆడదు. 'ఏకాంశేనస్థితో జగత్' అదేనా ఎన్నికోట్ల అంశాలమొత్తంలోనో! రుచిగురించిన ఆలోచనకి పద్నాలుగు లోకాలూ అంటూ తలబద్దలు చేసుకొని అతలాకుతలం కాలేం గదా! అగోచరాల్ని మొదటే మినహాయించాలి. ఆగోచరించే వాటిల్లో అదృశ్యాల్ని తగ్గించెయ్యాలి. ఆ కనపడే వాటిల్లో అగ మ్యాల్ని వదులుకోవాలి. అనగా నక్షత్రలోకాల్ని దూరవీక్షణం మాత్రం చెయ్యాలిగాని గత్యంతరం లేదు. ఇక గ్రహలోకాల్ని గురించి కూడా, రుచివిషయంలో, ఆలోచన కట్టేసుగోవాలి. కాని, శుక్ర, అంగారక, చంద్రగ్రహాలలోకి మానవులు త్వర లోనే విహరించేటట్టు కనబడుతుంది. చంద్రుడిలోకి రేడియం .సాయంవల్ల రెండు రోజుల్లో వెడతానన్నాడు ఒకాయన బ్రిటన్‌లో బెన్నెవిన్‌మీంచి ఒక వెండి స్తంభం చంద్రుడిలోకి గిరవటెయ్యటానికీ, గిరవటేసిన వారంనాటికి అది అందులో

పడడానికీ ఏర్పాట్లుచేశారనిన్నీ, యుద్ధంమూలాన్ని ఆగిపోయా రనిన్నీ, తెలుస్తుంది. అలాగ్గా చంద్ర శుక్ర అంగారకుల్లోకి పాశ్చాత్యులూ, పాతాళవాసులూ వలసనిమిత్తం వెళ్ళి వర్తక సామ్రాజ్యాలు స్థాపించగల సూచన్లు ఉన్నా, మన పని మామూలుకి లోటుండ కూడదు గనక వాటిని కూడా ప్రస్తుత ఆలోచనలో వదిలేద్దాం. ఇక భూలోకం. ఇందులో, స్థావరాలు వదిలేసి, జంగమాలలో భూజల వాయువుల్లో ఉండే క్రిమి పక్షి వృకపశు లోకాలు వదిలేసి (వాటికి రుచులు లేవనికాదు, అవి ఫలానా అని చెప్పగోలేవు గనక !) మనుష్యలోకాన్ని మాత్రం విచారించాలి. వీళ్ళు, పోనీ, రెండువందలకోట్లు అందాం. వీళ్ళల్లో పశుప్రాయుల్నీ, అతిబాలవృద్ధుల్నీ, అతీతుల్నీ, అపస్మారకుల్నీ, పిచ్చివాళ్ళనీ గీపెట్టి, తక్కినవాళ్ళనే రుచినిమిత్తం లెఖ్ఖకట్టుగోవాలి. పోనీ, అంతా ప్రమాణజనులే అని ఒప్పుకుందాం. ఇక తక్కినమాట 'రుచి.' ఒకానొక వస్తువుగాని, విషయం గాని ఒక ప్రమాణ మనుష్యుడి యొక్క నాలికవంటి గ్రహణేంద్రియంమీద పడినప్పుడు, ఆ మానవుడు ఆవస్తువుని గాని, విషయాన్నిగాని ఏకొంతో హరాయించుగోడం వల్ల వాడియొక్క చైతన్యంలో వచ్చే పరివర్తనమే రుచి. కాబట్టి రుచి అనేది కలగడానికి వచ్చిపడే వస్తువు రసవద్వస్తువూ రసదాయకవస్తువూ కావాలి, నాలికకి తడీవుండాలి, నాలికమీద పెట్టుగున్న వస్తువుకి నాలికతడితో కరిగేగుణం ఉంటేగాని రుచి అనేదే జనించదు, బెడ్డముక్క, గాజు, రాయి – వీట్ల విషయంలో రుచి కనిపెట్టడం మామూలు నాలికవల్ల కాదు,

అల్లాగే, ఆకలిమీద ఉన్నవాడికి అంతారుచే. ప్రాణాధారణ వస్తువులలో రుచులు ఎన్నడం మామూలుగా ఉండదు. కాని పరిస్థితి మారినప్పుడు, "అబ్బ! ఈ వేసంకాలంలో మంచి నీళ్ళ కున్న రుచి మరిదేనికీలేదు" అనడం వినిపిస్తూంటుంది. మాధుకరం ఎత్తుగున్నవాళ్ళు అన్నం యొక్క రుచి వర్ణించగా వింటాం. దారిద్ర్యంలో వస్తువుల్ని వదులుకోడమే కాకుండా "రుచులు దోసంబంచుం బోనాడ" వంసిన అవస్థవస్తుంది. ఏదేనా వస్తువు యొక్క నిరంతర స్వీకరణంవల్ల రుచి తెలియదు. అయితే. ఒక సాధారణ మానవుడు ఒక వస్తువు తన నాలికమీద వేసుగున్నప్పుడు, ఫలితం రుచులు ఎన్నెన్ని విధాలుగా ఉండవచ్చును, అంటే 'చాలా' అని ఊరుకోడమే కాకుండా కొద్దిగా లెఖ్ఖకూడా కట్టచ్చు. అందులో ఆ భోక్తయొక్క, ఆ వండినవాడి యొక్క, ఆ వడ్డించినవాడియొక్క స్వభావ సంప్రదాయ వయోవస్థా సమయసందర్భాలూ, తరవాత వస్తువుయొక్క వ్యష్టి సమష్టిభావాలేకాక, మత్స్యమాంస ఫల ధాన్యశాక మూలాదిభేదాలలో ఘనద్రవ ధూమాది ఉష్ణశీతల మిశ్రణాలు మొదలైనవీ వీలైనంత వరకు గమనించి ప్రస్తరించితే ఫలితరుచుల సంఖ్య కోటానకోట్లమీద ఉండవచ్చునని బోధపడుతుంది. అందువల్ల ఒకే మనిషికి ఒకే వస్తువు పరిస్థితులబట్టి లక్ష వేర్వేరు రుచులు ఇవ్వడానికి వీళ్ళున్నప్పుడు, లోకం భిన్నరుచులు కలిగి ఉండేది అని చెప్పడంలో ప్రమాదంలేదు, ఆశ్చర్యంలేదు.

(పైలెఖ్ఖ యావత్తూ కడితే కొంచెం విసుగుగా ఉంటుంది. కట్టకుండా వదిలేస్తే 'ఏముటో' అని చప్పరించ బుద్ధేస్తుంది.

అందుకని ఆ శీర్షికల్లో నాలుగైదు మచ్చు చూస్తే ఈ క్రింది మోస్తరుగా ఉంటాయి. భోక్తయొక్క నిత్యావస్థ - ఒంటరా. సంఘజీవా — బంధుసమేతుడా — అహితావృతుడా — శ్రమజీవా, లంచగొండా — దరిద్రుడా, ధనికుడా — ఉత్సాహ యుతుడా, నిరుత్సాహ పూరితుడా — నిర్బంధితుడా, స్వతంత్రుడా — లజ్జాన్వితుడా, మదాంధుడా — భయస్థుడా, సర్వాధికారా— కోపిష్టివాడా, శాంతుడా — తొందరవాడా, నిబ్బరస్థుడా అనే దాన్నిబట్టి రుచి వుంటుంది. అలాగే పదార్థస్థితి ఆలోచించి నప్పుడు — ఘనమైతే కఠిన, మృదుల, స్థూల, చూర్ణ, భస్మ, స్ఫటిక, రేణు, రజ మొదలయిన రూపాలూ, ద్రవ మయితే జల, తైల, రస, మధు, పానక మొదలైన భేదాలూ వగైరాలనిబట్టి రుచి వుంటుంది. వస్తువు సంక్రమించిన రీతి గమనిస్తే, అది పిత్రార్జితమా స్వార్జితమా, పాతు దొరికిందా సవ్యంగా వచ్చిందా, కష్టార్జితమా బలవంతంగా లాక్కొచ్చిందా, చోరీబాపతా దత్తమా, యాచితమా విక్రీతమా, బహూకృతమా అనేదాన్నిబట్టిరుచి ఉంటుంది. అదీకాక వస్తువు పచిత-అపచిత, పక్వ - అపక్వ, ఉష్ణ-శీతల. తప్త-ఆర్ద్ర. పూర్వ-ప్రస్తుత, మిత-అమిత, ప్రత్యేక-సాకల్య,వాయుహతి-వాయురహిత, అవస్థల్ని బట్టి రుచి ఉంటుంది, చివరికి. అన్నదాత ఉద్దేశం హృదయ పూర్వకమా. వ్యాజపూర్వకమా, ఇతరలాభం ఉద్దేశించా, పితృ ప్రీత్యర్థమా, మిత్రప్రీత్యర్థమా, అధికారికప్రీత్యర్థమా, యశో వాంఛతోనా, ప్రాణపోషణ నిమిత్తమా, ప్రతిఫలం ఆశించా, పాపపరిహారం చేసుగోవచ్చుననా - అనేదాన్నిబట్టి కూడా రుచి

వుంటుంది. ఈ శీర్షికలక్రింద ప్రమేయాలు ఎక్కువగా ఆలోచించి రకాలసంఖ్య వేసినకొద్దీ ఫలితరుచుల సంఖ్య గుణకలితంగా పెరుగిపోతుంది.]

ఇన్నిన్ని షరతులమీద ఆధారపడి ఉండడంవల్ల రుచులు ఏలేశమో భేదించిఉండడం సహజం. ఏవ్యక్తియొక్క రుచి ఆవ్యక్తిది. ఇద్దరు వ్యక్తులరుచులు అచ్చంగా ఒకటే అయేటట్టు ఏకీభవించడం మిక్కిలి అపరూపంగా ఉండే ఆశ్చర్యం! ''మూడు మూర్తులా ఒకే పోలిక మొహాలు గలవాళ్ళు ఇద్దరు దొరకవచ్చు గాని, ఒకే రుచి గలవాళ్ళు దొరకరు.'' ఒకరి రుచి ఉన్న రీతిగా ఎందుకని ఉంటుందో చెప్పడం కష్టం, అడగడం వ్యర్థం. దండన వల్ల ఆకస్మికంగా అన్యరుచి కలిగించడంగాని, ఉన్న రుచి లేకుండా చెయ్యడం గాని అసంభవం. అల్లా అని ఆగి పోవలసిందేనా? జిహ్వవంటి దానియొక్క రుచి సంపదకి ప్రమాణం అంటూ ఎదేనా ఉంటుందా అనేది ప్రశ్న. అంటే, నీతిమాటేమిటి? దానికి ఓ ప్రమాణం అంటూ లేదూ? ఎవరి నీతి వారిదే అయితే సంఘం నడుస్తుందా? ఒక వీధిలో ఒకాయన దెబ్బలాట ప్రారంభించి, ఏమిటని అడిగితే ''నాయిష్టం'' అన్నాడు. ఇంకోఆయన ''నీయిష్టం నీయింటిదగ్గిర, పోవోయ్!'' అన్నాడు. అప్పుడు మొదటాయన, ''నాయింటిదగ్గిర నాయిష్టం నాకు తెలుసు గనక దెబ్బలాడతాను, నాయిష్టం. ఇది వీధి గనక పబ్లీగ్గా దెబ్బలాడతాను. నాయిష్టం!'' అని యింకా దెబ్బలు తిన్నాడు. ఏమయితేం గనక, ఎక్కడిపడితే అక్కడ ఎవడి

యిష్టం వాడిదేనా, ప్రతీవాడియిష్టం ఒప్పేనా? ఒక అఖండమైన సంతర్పణ జరుగుతూండగా, పోపుల ఘుమాయింపు వీధివీధీ వ్యాపించగా, బారులు తీర్చి కూచుని జనం ఆరగిస్తూండగా, ఒక వ్యక్తి "ఏముంది ఇందులో! ఈభోజనం నాకు రుచించలేదు. నాయిష్టం, నారాజ్యం. నేను మనస్సాక్షిగానే చెబుతున్నాను, ఏడిసినట్టుంది. నాకు అల్లా అనిపిస్తోంది. నాకు అల్లా అనిపించ కూడదు అని ఏమన్నారులాస్స?" అంటాడనుకోండి. అతగాడి త్రికరణశుద్ధి రుజువు చెయ్యడం అసాధ్యమే కాని, వాడి రుచిప్రమాణం చాలా హెచ్చుతగ్గులుగా ఉందని మాత్రం అనచ్చు. అనచ్చు. వాడు సుస్తీ మనిషిగాని, కాయిలా మనిషి గాని, దీర్ఘరోగిగాని, అసూయాపరుడుగాని, దాంభికుడుగాని, అన్యాపేక్షగలవాడుగాని, అప్పుడే మెక్కి వచ్చినవాడు గాని, తిండికి వేళపాళయి లేనివాడుగాని, ఆ పదార్థాలు జీవితంలో తెలియనివాడుగాని, స్థితప్రజ్ఞుడుగాని అయిఉండాలి. నాకు రుచిం చని ఒకవస్తువు ఇతరులకి రుచించి తీరాలని పట్టుపట్టడం మూర్ఖ త్వం—ఇతరులకి కూడా ఎందుకు రుచించకూడదు—అని అను కోడం దురాశ, ఇతరులకి కూడా రుచించదు గదా అనుకోడం బుద్ధితక్కువ. ఏమంటే, అది ఇతరుల్లో కొందరికి మిక్కిలి రుచికరమైనదే అయిఉండచ్చు; లేదా సకలజనులూ కూడా అసహ్యించుకునేదై ఉండనచ్చు. మొదటిసందర్భంలో ఆవస్తువు మీద నేను ద్వేషం పెంచుగోరాదు. ఎన్నెన్నిమాట్లో రొట్టెలు వేస్తూ, ఎంతో రుచికరం అని మెచ్చుగుంటూ, ఇతరులు ఒక వస్తువుని ఆరగించేటప్పుడు, పక్కనే నేను బైటాయించి, అధి

నాకు రుచించకపోయిన కారణంవల్ల, తింటూన్నవాళ్ళ సమక్షంలో, నాకు హక్కుండిగదా అని చెప్పేసి నేను డోక్కోడం ప్రారంభించడం ధర్మంలా కనబడదు. తినాతినక, తినానియ్యక కంగాళీ చెయ్యడం మానవేతరమైన లక్షణం. కాని. అంతమంది తినేస్తూన్నది మేడిపండు గదా అనేసంగతి వాళ్ళల్లో ఏఒకడికీ తెలియక, నా ఒఖ్ఖడికి మాత్రమే తెలిసి ఉండడం సంభవిస్తే, అనేక ప్రాణ రక్షణకోసం నేను అడ్డుపడవలసినమాటే! అంత అహంభావత్వానికి అవసరం నాకు ఉందని తోస్తే అల్లా చెయ్యనూవచ్చు! ఏమైతేం, అదృష్టవశంచేత ప్రాణాపాయకరం అయినవస్తువులు రుచికరం కాకపోడమే కాక, దుర్వాసనతోకూడా కూడిఉండడం వల్ల, ప్రతీమానవుడూ తను తినేవస్తువుల్లో ఎదోరుచి ప్రమాణం పెట్టుగునే వ్యవహరించడానికి వీళ్ళున్నాయి. వ్యవహరిస్తూ ఉంటాడు. వాసనఅంటే జ్ఞాపకంవచ్చింది. రుచులన్నీ కూడా వాసనమీదే ఆధారపడి ఉన్నాయని ఒకవాదంఉంది. నమ్మవచ్చు. ఎవరికేనా నమ్మకం లేకపోతే, మిక్కిలి రుచికరం అని తమరు నమ్మేవస్తువులు తమరు తినేటప్పుడు కాస్సేపు తమరు ముక్కుమూసుగుంటే పైవాదం బోధపడుతుంది. ఎవరికేనా నూతన పదార్థం, తినడానికి ఇచ్చినప్పుడు వాడు ముందు వాసనచూసి తరవాతే నోట్లో వేసుగోడం అందుకనే! మొత్తంమీద, భౌతిక రుచులుగల వాళ్ళల్లో, వంకాయకూర ఫస్టూ, ధప్పళం బెస్టూ, పులావ్ నెంబరు వన్ అంటూ వేర్వేరుగా మెచ్చుగున్న వాళ్ళందర్నీ ఒకతరహాలోనూ, కుళ్ళు అన్నం ఫస్టూ, బూజు ఊరగాయ బెస్టూ, ఉచ్ఛిష్టం నెంబర్ వన్ అనేవాళ్ళందర్నీ మరోతరహాలోనూ కట్టితీరాలి.

ఇక్కడ నిదానించి రెండుసంగతులు గమనించాలి. లోకం అంటే (రుచినిమిత్తం) మనుష్యులే అన్నాం. మనిషికి శరీరమే కాకుండా మనస్సూ, ఆత్మాకూడా ఉండాలి. జిహ్వా కాకుండాముక్కూ కళ్ళూ, చెవులూకూడా ఉంటాయి. ముక్కు పొడుంపీల్చడానికి మాత్రమే అనిన్నీ, కళ్ళు ఎందుకంటే మూసేసుగుని భోంచెయ్యడానికనిన్నీ, చెవులు ఎందుకంటే భోజ నానికి లెమ్మంటున్నారేమో అనే సంగతి వినడానికనిన్నీ అని సమర్థించి పారెయ్యడం మానుషంకాదు. ఉల్లిపాయ, ఇంగువ, సంపగి, పనసవంటివాట్ల విడి సుగంధాలు బ్రహ్మాండంమీద కని పెట్టేవాళ్ళు చాలామంది ఉన్నారు. రాతిముక్కులు కలిగి ఏబాధా లేనివాళ్లున్నారు. బస్తీవాసనకి మరిగినవాళ్లు కొందరు గ్రహించ గల సువాసనలు ద్వివచనంలోకూడా ఉండేటట్లు తోచదు, కాని ఘ్రాణేంద్రియానికి సంబంధించిన అభిరుచులు గలవాళ్ళు జపా నులో విస్తారంగా ఉన్నారనిన్నీ, సుగంధమిశ్రణాలు చెయ్యడం జపానులో ఒక గొప్ప నాసికాకళ అనిన్నీ తెలుస్తుంది. జపా నీయులలో కొందరు గంధరుచిలో ఆరితేరినవాళ్ళు రెండుమూడు వందల మిశ్రణ సుగంధాలు పోల్చగలరట—గానరుచిగలవాళ్లి రెండుమూడు వందల రాగాలు పోల్చుగున్నట్టు. అలాగే నేత్రాల వల్ల వర్ణరూప చిత్ర శిల్ప నిర్మాణాల సంగతి గ్రహించే రుచి మానవుడికి ఉండాలి. చిన్నప్పుడు రంగుబొమ్మలంటే శిశువుకి వుండే ఆసక్తే దానికి ప్రాతిపదిక. బొమ్మరిల్లు కట్టి ఆడినప్పటి నించీ శిల్పం అంటే మానవుడికి రుచి. మెత్తని గూడు కట్టుకో గల పక్షులకే అప్రజ్ఞ సహజంగాఉంది. మానవుడు ప్రకృతిలో

దృశ్యాలూ, మానవకల్పిత చిత్రాలూ చూసి ఆనందించగల రుచి పెంచుగోవాలి. అది రంగులతో సంబంధించిన కళగనక దాన్ని గురించి మాటలు ఎన్ని చెప్పీ లాభంలేదు. జీవకళ లేని బొమ్మల్నీ, సంకరజాతి చిత్రాల్నీ, పచ్చిబోడి కుళ్ళురకం పటాల్నీ, పెంటకొండల్నీ, మురుగుప్రవాహాల్నీ చూడడంలో ఎవడికేనా అభిరుచిఉంటే అది కేవలం నాసిరకం అభిరుచి అని చెప్పడం తప్పుకాదు.

ఇక్కడ ఒక ఉపవిషయం। ధర్మ అర్థ కామ మోక్షాలు అనే పురుషార్థాలయందు అభిరుచి ఉండడం న్యాయంగదా అని పెద్ద లంటారు, పిన్నలు వింటారు, 'పోదురూ' అంటారు, (ధర్మం అనేమాటకి సంస్కృతంలో ఉండే అర్థం తెలుగులో యాథ్యర్థం కాదు. ధర్మం అంటే శాస్త్రాచార విహితమైన దాన్ని బట్టి మానవుడు ప్రపంచం సాగడం నిమిత్తం చెయ్యవలసిన పని, ఆపనియొక్క నిర్ణయవాక్యం అని సంస్కృతంలో, దానం అని తెలుగులో. తెలుగులోకి దిగిన సంస్కృతపు మాటల గురించిన నిఘంటువుల్లోకూడా తెలుగులో ఆమాటలకుండే యాథ్యర్థాలు ఇచ్చిపోవడం అధర్మం) ప్రస్తుతకాలంలో చాలామందికి అర్థ కామాల్లో మాత్రం అభిరుచి ఉన్నట్టు తెలిసిపోతుంది. అవి రెండూ భౌతికమే. అవిగాక నాగరికతయొక్క మహత్యంవల్ల ఆకస్మిక గౌరవాభిరుచి, అధికారాభిరుచి, ఘోషణాభిరుచి, ప్రచారాభి రుచి, సౌకర్యాభిరుచి, సద్యః ఫలితాభిరుచి, ఆశ్రయత్వాభి రుచి, పరభృతత్వాభిరుచి, సగౌరవ తస్కరణాభిరుచి, సవినయ దంభాభిరుచి, మరి యింకా ఇటువంటివి ఎన్నెన్నో పుట్టించుగుని,

బలవంతంగా లాక్కుని తెచ్చి పెట్టుగుని, పెంచుగుని, పోషించుగుని అవన్నీ కాంతా కలకాలనిమిత్తమే అని జనబాహుళ్యానికి బోధపడకుండా నక్కవినయాలూ, సమయానుకూలనటనలూ చేస్తూ, కేవల మోక్షార్థులై ధర్మాచరణకి ఉద్యుక్తులైనట్టు కనిపించే మానవులు తక్కువగా ఉన్నారని భయపడవలసిన అవసరం లేదు. దేవుడు పడ్డ బుద్ధిపొరపాట్లలో తమకి మానవజన్మ ఇవ్వడం అధమం ఒకటి అని దేవుడి సమక్షంలోనే రుజువు చెయ్యదల్చుకుంటూ, ఇటువంటి బుద్ధిమంతులే అని చెబుతారుమరి!

శ్రవణేంద్రియానికి సంబంధించిన శబ్దాలతోనే ఉండే శాస్త్రాలయందు అభిరుచి ప్రశంసనీయం. ఆ అభిరుచి కలగడానికి బుద్ధి శ్రద్ధ. అభ్యాసం అడ్డుగనక అది అందరికీ అలవడదు. కాని, హృదయంఉంటే సరిపోయే గానకవిత్వాలను గురించిన అభిరుచి సర్వజనసాధ్యం. అభిరుచి అంటే ప్రజ్ఞకాదు. ఒక విషయంలో ప్రజ్ఞ అందరికీ లేకపోవచ్చుగాని అభిరుచి అందరికీ ఉండవచ్చు. గానంలో జంత్రగాత్రాలు, కర్ణాట. గవాయి, హిందూస్థానీలు, శాస్త్రకట్టు, గాలిపాట డ్రామా స్టయిలులు, శ్రుతి లయ రాగ తాన కీర్తనలు విరివిగా పెంచి గమనిస్తే అభిరుచులు వేనవేలు తేలగలదు. వాటిలో వీణాదివాద్యాలు చెయ్యబడ్డప్పుడూ, భజనతత్వకీర్తన్లవంటివి సార్థకంగా గానం చెయ్యబడేటప్పుడూ వినాలనే అభిరుచి ఉత్కృష్టం. దివ్యం! కాని, పశుశృంగారపు వర్ణనలతో ఉండే పచ్చిజావళీలు వినాలనేది భౌతిక అభిరుచి.

ఇక కవిత్వంగురించిన అభిరుచులూ మిక్కుటమే. తటస్థ-నీతిబోధక, శ్రోత్రియ-సాంస్కారిక, శాశ్వత-తాత్కాలిక,

స్వీయ - పర, సనాతన - ఆధునిక, గ్రాంధిక - వ్యావహారిక, ముద్రిత - లిఖిత (స్వ - పర), జనప్రియ - అపరూప, సచిత్ర - చిత్రరహిత, గ్రంథస్థ - పత్రస్థ స్థితుల్లో స్వ - పర భాషలలో ఉండే పద్యగద్యాభిరుచులు, పద్యవిషయంలో పురాణ ప్రబంధ శతక దండక చంపూకావ్య గేయ చాటు ఆశు మొదలైన రకాలలో ఛందోభేదాలతో ఉండే నాద పద అర్థ భావ అలంకార సంవర్భాల గురించిన రుచులు. గద్య విషయంలో మనన కథన వర్ణన భాషణ రూపాలలో లేఖ వ్యాస చరిత్ర నవల విమర్శ మొదలైన భేదాలలో ఉండగల రుచులు, ఆపైని, కర్త, గ్రంథం, గ్రంథ భాగం మొదలైనవాటినిగురించి, చదివేవాడు విద్యార్థి, పరిశోధకుడు, పారాయణ చేసేవాడు, కాలక్షేపం చెయ్యదల్చినవాడు మొదలైన వాటిని పురస్కరించుగుని రుచులు ఎక్కువగా ఉండగలవని చెప్ప వచ్చు. ఇటువంటి రుచులన్నీ సమంజసములే, సదభిరుచులే, గొప్పవే. అన్ని రచనలమీదా అందరికీ అభిరుచి ఉండదు, ఉండడం సహజంకాదు. ఇద్దరి అభిరుచులు వేర్వేరు అయినప్పుడు ఆశ్చర్య పడకూడదు, ఒకర్ని ఒకరు తేలికగా చూసుగోనక్కర్లేదు సరిగదా, ఏకీభవించినప్పుడు చాలా అద్భుతపడి ఆనందించుకోవచ్చు. కాని, హృదయంమీదగాని, బుర్రలోగాని, వేసుగోకుండానే రుచి లేదనో ఉందనో చెప్పేవాడూ, పిండినా, పిండి పిండి అయినా, తడికక్కని పాషాణరచనని చప్పరించకుండానే మిం గేసి మహారుచిగా ఉందనేవాడూ, గతించినవాడి కవిత్వంగనక 'రుచివంతం' అనేవాడూ, వీలునుబట్టి తన కుటుంబ, తన శాఖ, తన వర్ణ, తన జాతి, తన భాష తన దేశ రచనకాబట్టి, "రుచి

గానే ఉందిస్మీ'' అనేవాడూ, వేడి వేడిరచన ప్రతీదీ రుచివంతం అనేవాడూ (అసలు అప్పట్లో రుచే తెలియదు నిజానికి!) తన శత్రువు రుచి కనుక్కొని దానికి భిన్నంగా ఉండేదే తన రుచి అనే వాడూ — వీళ్ళంతా సుస్తీగా ఉండే రుచులు గలవాళ్ళే. అల్లాంటి దగాలో పడి పోయినవాళ్ళని కాలం తిన్న పరుస్తుంది. వాళ్ళు నిమ్మళంగా అన్యులుకనిపెట్టకుండా అభిరుచిమార్చుగోవలిస్తుంది. మార్చుగుంటారు. ఉందుకని ఏగొడవాలేకుండా కాలం చేత మన్నింపబడ్డ తెలుగుమహాకవుల రచనలంటే అభిరుచి కలిగించుగోడం సాధారణ తెలుగు మానవుడి ధర్మం. ఆ రీతిగా మానసిక ఆనందం గలిగించే ఉత్కృష్ట అభిరుచులు లేని మానవ జన్మ వ్యర్థం, ఉసూరుమనే రకం, దివాలా సరుకు! ఇదికాక, జీవుడూ, జీవితరహస్యమూ గురించిన అభిరుచి కూడా ఆత్మానందం ఇచ్చేదిగనక మానవజీవితానికి ముఖ్యాతి ముఖ్యం, వీటి అన్నింటిలోనూ కూడా, అవతల రచయిత ప్రసాదించేది రసవద్వస్తువు కావలసిన అవసరంఎల్లాగైతే ఉందో, అల్లానే నాలిక తడిగలది అయినట్టుగా హృదయం తడిగలదై ఉండాలి, అప్పుడు గాని రుచీ ఉండదు, రచీ ఉండదు. ఇతర సుగుణాలలాగే సదభిరుచులు పెట్టిపుట్టాలి, అవి సన్మార్గంలో అభివృద్ధి చేసుగోనూ వచ్చు. ధనం, కాలం స్వల్పంగా అందునిమిత్తం త్యాగంచేసి దీక్షగా అభ్యసించడం చాలు. ఏ కొంచెమో ఏదో త్యాగంచేసి సంపాదించుకుంటేగాని ఏదీ రుచించదు. అభిలాషతో, ఆసక్తితో ఆ ఆవరణలో ఉండి, ఆ గాలే పీలుస్తూ త్రికరణశుద్ధితో ప్రయత్నించి తన భాషలో అన్ని వేలరకాలలో ఏ బాపతో ఒకబాపతు

కవిత్వం అంటే అభిరుచి ప్రతివాడూ పెంచుగోవచ్చును! అటువంటి ప్రతీవాడికీ కేవల భౌతికరుచులే కాక, మానసిక ఆత్మిక అభిరుచులు ఉంటాయి గనకనే, పూర్వ మహాగ్రంథాల్లో చిన్న చిన్న ఘట్టాల చివరా, ఉపాఖ్యానాల చివరా "ఈ కథ, ఈ ఉపాఖ్యానం, ఈ సంవాదం ఎవడేనా శ్రద్ధతో విన్నా, తన కోసం చదువుకున్నా, ఇతరుల కోసం పఠించినా, వ్రాసుకున్నా, వ్రాసిపెట్టినా మోక్షం ఉంటుంది" అనే మోస్తరుగా చెప్పి ఉంటుంది. ఆ ముక్కలు మానవుడికి ఉండగల మహత్తమ అభిరుచిని మెచ్చుగునేవి గనక, శిలాక్షరాలు, ఇంకా ఏమంటే, ఆ మనిషికి కేవల పాశవం కానటువంటి ఉత్కృష్ట అభిరుచి కలుగుతుంది గనక! ఏమిటీ ఆ అభిరుచి, ఫలం? సచ్ఛీలమే. అది పురుషార్థం కావచ్చు గదా! ఒకమహామహుడు చెప్పిన సందేశం ఇది.

"అభిరుచి బండ, మోటు, సున్నితం అవడాన్నిబట్టి జీవితం అసారం, పాశవం, దివ్యం అవుతుంది. ఒక సామ్రాజ్యానికి ముద్దుస్వరూపపురాజుగా పుట్టేకంటే దరిద్రుడైనా సదభిరుచులు కలవాడుగా పుట్టడం వెయ్యివేలు. దేవప్రసాదమైన ఈ అభిరుచి వరంలేనిదే. ఎంత అదృష్టవంతుడటకానీ, సౌఖ్యం ఎక్కడ?"

స్థాయి మారినా వోటే పాట!

వోటుకి కొత్త అర్థాలు వస్తూనేఉన్నాయి. వోటంటే నిలబడ్డ వాడు పడిపోకుండా ఉండడానికి ఇతరులు పెడుతూండే 'బోటు' అని ఒక 'వబయోరభేదః' గారు అన్నారని తెలిసింది. వోటంటే భూమిమీద ఏస్థలంలో నైనాసరే ఒకే తూనిక గలిగి ప్రత్యేక మానవవ్యక్త్యభీష్టాన్ని సూచించే నిర్గుణబ్రహ్మం అని మరొకరి అభిప్రాయం. జంతువుల గురించిన వోట్లున్నా వాటిమీద లాభం మానవులే సాధించుగుంటారు. రాజకీయ సంబంధపు ఎన్నికల్లో హిరణ్యం, రజతం, తామ్రం, లోహం, భూమి, లవణం, ద్రవ్యం, రసం మొదలైనవి వోటు దానానికి నిమిత్తకారణాలు అవుతూంటాయి విద్యావిషయికమైన ఎన్నికలలో గౌరవాధికార పరిచయబాంధవ్యాలతో కూడిన భాషాసాధనాలు చాలామట్టుకి మొహమాటం లేకుండా పనిచేస్తాయి. వోటువ్యాపారం రెండు దృక్పథాల్నించి చూడాలి: ఒకటి—అభ్యర్థి అనబడే వోటర్థి గమనించేది. రెండు—వోటుదానం చెయ్యగల వోటరు అనుకునేది. ఒక వోటర్థి అనుభవానికి నమోనా ఇది:

*　　*　　*　　*

"ఎప్పుడు ఎన్నికలు పెట్టినా ఎవరో ఓరు నెగ్గుతూంటారు. అల్లానే కొందరు నెగ్గారు. వాళ్ళలో ఒకాయన భార్య మా ఆవిడతో మాట్టాడ్డంలో మా ఆవిడకి చాలా చిన్నతనంగా ఉండేటట్టు తనభర్తయొక్క విజయవైభవం వర్ణించుగోడం మొదలెట్టిందట! నాకున్న సుగుణసంపత్తికి శిఖరంగా ఎన్నికల్లో

విజయంకూడా ఉంటేగాని తీరనిలోటు కనిపిస్తూనే ఉంటుందని నాకు మొదట్లో సవిచారంగా ఉపదేశించింది మాఆవిడే. తరవాత నాఆంతర్య స్నేహితుడొచ్చి నాకుగలమహత్యంతో నిష్కామంగా మానవసేవ చెయ్యడానికి నేను నడుం కట్టినట్టు తక్షణం ప్రకటించకపోడం అనేది ఆంధ్రదేశానికి అరిష్టహేతువన్నాడు. ఇంతలో మా యింట్లోవాళ్ళూ, స్నేహితులూ, నౌకర్లూకూడా నాఅంతవాడికి ఓగొప్పపదవి ఉంటేగాని రాణింపే ఉండదన్నారు. దాంతో, నాకు, బాధ్యతలేని ఆ గౌరవస్థానం ఎప్పుడు ఆక్రమిస్తానో గదా అనే ఆరంభస్పృహ కలిగింది.

అభ్యర్థిని నేనొక్కణ్ణే అయితే తీరిపోదూ? తప్పకుండా నాకోరిక సిద్ధించేదిగా! కాని యింతమాత్రము ఆలోచనేనాలేక, దుర్మార్గుల సలహాలకి లొంగిపోయి మరో అయిదుగురు—మాంచి రాళ్ళంటివాళ్ళు—ఆపదవికే, నామీద పోటీచేస్తూ నిల్చారు. ఎంత కక్కుర్తో చూడండి. నేను వాళ్ళమీద చెయ్యవలిసొచ్చిన ప్రచారంలో ఉండే రసికతా, నామీద ఆవోటర్ఘుఙు వొట్టిపుణ్యాన్ని సాగించుతోచ్చిన దుష్ప్రచారంలో ఇమిడిఉన్న కుళ్ళూ నేను జనానికి బోధపరుచుగు రావడంలో కొంత నవ్వులాట బయల్దేరింది. పైకి చేసే ప్రచారంబట్టే (అనగా, చెవులు చిల్లులుపడేడట్టు వాయించుతూండే రుంజాల్ని బట్టే) జనబాహుళ్యం నడుస్తుంది. ఆప్రచారమే నేర్పుగా చేసుగోవలసింది, అని నాఆంతర్య స్నేహితుడు నాకు కిటుకు చెప్పేనే ఉంచాడు. అల్లానే బోధించే వాళ్ళు వాళ్ళకి ఉంటోచ్చారు గావును. ప్రచారవిషయంలో ఓడికోడు తీసిపోయివాడు మాలో లేనే లేడు. ఓం ప్రథమం నేను

అరువుసొమ్మో తేరసొమ్మో పెట్టి ఎన్నికల్లోకి దిగానని ఓ అభ్యర్థి నన్ను ఏకడం ప్రారంభించాడు. దానికి జవాబుగా వాడికి అల్లాంటి సొమ్ములేనా దొరికేమాత్రపు పరపతేనా లేదనిన్నీ, వాడు కలిగి ఉన్న కాస్త ఆస్తీకూడా అక్రమంగా వేసేగున్న దనిన్నీ నేను యథార్థం చెప్పెయ్యవలి సొచ్చింది. మరో అభ్యర్థి నాకు పలుకుబడి లేదని ఆక్షేపించాడు. వాడికి పలుకుబడి కాదు రాబడికాని, అసలు ఏబడిగాని లేదని నేను అనేసి వాడికి వాగ్బంధం చేసేశాను. జాతిమతాభిమానాలు అల్లాఉండగా శాఖాంతరాభిమానాలు తవ్వి పైకితోడి, (ఏ అంతశ్శాఖకి ఎవరు చెందుతారో తెలిసేది ఎన్నికల్లోనే) వాటిబలంతో నేను జనాన్ని నావైపు తిప్పుగుంటూన్నానని ఇంకోడు దండోరా లాగించాడు, ఆ మాత్రం శాఖాభిమానం కూడా ఉండకూడ దనేవాడు తన శాఖని మట్టుకి ఏమంత ఉద్ధరిస్తాడూ, వీడు వొట్టి డాబుల్రా యుడూ, వీణ్ణి నమ్మేరుగనక—అంటూ వాడి శాఖ వాళ్ళల్లో ప్రచారం నేను చేసి, వాళ్ళు నాకు అనుకూలిం చకపోయినా వాడికి ప్రతికూలించేలాగ చేసేశాను. మరో పోటీదారు నాకు తెలివితేటలు—సున్నా అనిన్నీ, నేనే గనక పదవిలోకి వెడితే అక్కడ మట్టి విగ్రహంలా కూచోవాలిగాని మరోపని చెయ్యడానికి చాలననిన్నీ అన్నాడని నాకు రూఢివార్త తెలిసింది. ఒకరి తెలివితేటలమీద ఇంకోరు రిమార్కు చెయ్య గానే ద్వేషం అంకురిస్తుంది; వెనకే ద్వేషం ఉంటే అది ఘనీభ వించి ఖాయపడుతుంది. అందులో నాఅంత తెలివిగలవాడిమీదా అవతలవాడి తెలివితక్కువ విమర్శ! నాకు చిరునవ్వు చక్కా

వచ్చింది. ఆమట్టున, అవతల అబ్బి అక్కడక్కడ తన తెలివి గుమ్మరిస్తున్నాడట, ఓ అంధజనమా ! మోసపోవద్దూ, ఆఅభ్యర్థి ప్రవర్తన హేయం, వారిశీలం దుర్భరం, వారి వాలకం రాక్షసం, వార్ని ఆ పదవిలోనికి రానిస్తే దేశానికి కీడు మూడిందన్న మాటేనూ !—అంటూ ఎంతో బాధపడుతూ, తప్పనిసరివల్ల నేను రహస్యప్రచారం చేయించవలిసొచ్చింది. వేరే ఒక పోటీదారు నామీద ప్రతికూలప్రచారం చేస్తూ నేను ఈవరకే విజయానికి ఆశ వదులుకున్నా ననిన్నీ, నాకు విజయంకంటే అపజయం అంటేనే ఎక్కువ మక్కువ అనిన్నీ స్వాపజయంవల్ల జీవిత సమస్యా, మానవ స్వభావమూ గ్రహించదల్చుగున్నా ననిన్నీ, ఈమాటలు పబ్లికులోచెప్పేశానని న్నీ ఉపన్యసించి జనాన్ని నా వేపునుంచి లాగేసేస్తున్నాడని తెలిసింది. అవన్నీ బానిసతత్వం వాళ్ళ ఊహలనిన్నీ, నేను (ఒకవేళ) అయినసొమ్ముకీ, నశించిన ఆస్తికీ, ఉడిగిన శక్తికీ, పడ్డ శ్రమకీ, తగులడ్డ కాలానికీ, ఆశ వదలుకున్నా విజయంగురించి ఆశవదలుకోసనిన్నీ, అల్లా నేను పైకికూడా అనేశా ననడం మానసికతత్వంయొక్క అజ్ఞానానికి సరియైన ఉదాహరణ అనిన్నీ టూడించేసి వాడి ప్రచారాన్ని వాణ్ణీ కట్టేశాను.

నేను నాలుగైదు సార్లనించి నిలబడి చూస్తున్నాననిన్నీ, అంత పట్టుదలా ఓపికా ప్రత్యక్షంగా కనపరిచినా వోటర్లు నన్ను ఎన్నుకోజాలకపోడం అనేది దేశదౌర్భాగ్యం అనిన్నీ రాస్తూ, ఆ రచనలో ఎక్కడో ఓమూల అస్తమానం ఒకే ఫలానావ్యక్తి నెగ్గాలని ఛక్కడేనాఉందా, పదవికి ఒకడంటూ పుస్తైకట్టేపా

డుంటాడా, అందుకని పాడిందేపాడరా అన్నట్టు వెనకటివాళ్ళనే ఎన్నుకుని తరుణం తగలేసుగోకండి, రకం పిరాయిస్తూండడంలో సబ బుందని ప్రకృతి చెబుతుంది, పాతరకాలు పోవడంలో శ్రేయస్సుంది అంటూ ఒక ప్రకటనలో దంచాను. దాంతో ఒక పోటీదారు చెలరేగిపోయి. నాకు సమాధానం చాలా ఏడిసినట్లు రాస్తూ, "అస్తమానమూ తెలివి నీకే ఎందుకూ, ఇంకోడికి బదలా యించు! ఎల్లప్పుడూ డబ్బు నీకుటుంబానికే ఎందుకూ, తక్షణం మరోడికి ముట్టచెప్పు! ఎల్లకాలమూ పాండిత్యం నీలోనే ఎందుకూ ఇతరుడికి ఇంజెక్షన్ ఇచ్చెయ్! ఏళ్ళతరబడి సౌందర్యం నీలోనే ఎందుకూ, మరోడికి దఖలుపణ్ణు!" అంటూ రాసి, నామీద అతనికి ఉండే ఈర్ష్య యావత్తూ కక్కిపోసుగున్నాడు. అధికారరీత్యా ఒకపోటీదారు ఒత్తుడుచేసి నా బంధువుల్ని కొందర్ని గుండకొడుతున్నాడని నేను ప్రచారం చేశాను. ఆమీదట నాబంధువులు వోటు ఎవరికి వేశారో నాకు తెలియ చెప్పలేదుగాని, వాళ్ళఉద్యోగాలు లేచిపోయాయి. కొందరు వోటర్లని తాగించి మతిలేకుండా చూసి ఆ మతిలేని వోట్లు నేను ఆర్జించుకున్నానని మరో వోటర్థి మొదలెట్టాడు. సరి ఆ అభ్యర్థి అసలే మతిలేనివాళ్ళనీ, మతిగురించి సందేహమే లేనివాళ్ళనీ, చచ్చిపోయినవాళ్ళనీ, మిథ్యాజనాన్నీ పడగొట్టించి తనపక్షం పలికింపించుగున్నాడని నేను బయటపెట్టేశాను,

ఈకోలాహలం బహిరంగంగానే జరిగిపోతూండేది. కాని, ఒంటరిగా ఉన్నప్పుడు రాత్రెళ్ళు కన్ను మూతదేదికాదు, అన్నం సయించేదికాదు, అన్నానికి వేళే తెలిసేదికాదు. ఒక్కొక్కప్పుడు

చిమ్మే సౌమ్మూ, పడే మానిగలూ, చేసే ఏర్పాట్లూ, బనాయించే ఉత్తరాలూ, పట్టుగునేకాళ్ళూ, ఖర్చుపెట్టే స్తోత్రాలూ ఇచ్చే వాగ్దానాలూ, కప్పెట్టుగునేలోట్లూ, అభినయించే వినయమూ జ్ఞప్తికివచ్చి, "అయ్యో! ఎందుకో గదా ఈ హోమం! నేను వెళ్ళి ఎక్కడ ఆహుతి అయిపోతానో గదా! స్వంతపనిమాని సంతలోజేరి నేను చెయ్యగల లోకపరివర్తన ఏముటో గదా! అవిచ్ఛిన్నంగా ఒకానొక అజ్ఞాతకర్మగురించి నాజీవితం ధారా దత్తం చెయ్యడానికి నా ప్రస్తుతపు సంసారబాధలు ఎల్లా దిద్దుకో గలనో గదా! ఈ నడమంత్రపు గౌరవం నిమిత్తం, ఈ అవాస్తవ అధికారం నిమిత్తం, ఈమాయాదారి పరుగు నా కెందు కొచ్చిందీ! అధమం ఈసొమ్ము ఏ బీదసాదలకేనా పాత్రంచూసి దానంచేస్తే తీరిపోయేది!" అనిపించి, నేను బొరుమని ఏడుస్తానా అన్నంత విచారంకలిగి. నేను పైకికూడా అట్లా కనిపిస్తే నాపక్షం శ్రమపడే కాసినిమందీకూడా ఎక్కడమాయం అవుతారో అనే భయంచొప్పున ఆ శోకంలోపం లోపలే కానిచ్చుగుని, ఒంటరిగా ఉన్నప్పుడే పూర్తికూడా చేసుగుని, ప్రజల్లో పడుతూండేవాణ్ణి.

అంతలో శకం మారినట్టు అనిపించేది, ప్రతీ ఇతర అభ్యర్థి నన్ను చిన్నపరచడమా! అల్లానా తమ పెద్దరికం దాఖలా పరుచుగోడం? నేనేం తక్కువతిన్నానా, తక్కువ తూగుతానా! మనిషైనప్పుడు లక్ష లోట్లుండచ్చు, ఉంటాయి. ఉంటే? చూసేవాళ్ళు లేకగాని ఈ యితర అభ్యర్థులందర్నీ చుట్టబెట్టినా నాకు సమం కాగలా? నావైఖరి గాని, రీతిగాని, చివరికి రోషంగాని ఏ ఒక

డికి ఉందీ! నాసిరకాల్ని పైకిలేపనెత్తి నెత్తిని ధరించి, పాలించ మని వాళ్ళని హయాంలో పెడితే అపళంగా దేశం తగులడి పోతూంటే చూసి చూసి ఊరుకోలేక, రోషపౌరుషాలు అనాది నించీ ఉంటూన్న వంశంలో ఉద్భవించిన మణిపూస వంటివాణ్ణి గనక నేను ఇందులో ప్రవేశించానుగాని, లేకపోతే నాకేం పట్టిందీ? నా నిలువెత్తున ధనంపోస్తేమాత్రం ఇందులోకి జొరబడతానా? అసలు నాలిక తెంపుగుంటే మాత్రం దర్శనం ఇస్తానా? అంతరోషాన్నీ హాలాహలాన్నిలాగ దిగమింగి, అన ర్హులూ, అజ్ఞానులూ, అనామకులూ, అనర్థులూ అయిన జనం దగ్గిరికి వెళ్ళి వాళ్ళని మన్నించి వాళ్ళని దేహిఅని వోటుభిక్ష నోరువిప్పి అడిగి, వాళ్ళలో కొందరికి ఉత్తరాలు రాయించి, జ్ఞాపకంచెయించి తంటాలుపడడం ఎందుకంటారు? "రోషంగల వ్యక్తినయ్యా! నన్ను అసలు మీరు కాళ్ళు పట్టుగుని బతిమాలు కోవలసిన మాట. అది మీకు తెలియకపోబట్టి ముందే నేను చేసి చూపిస్తున్నాను. దేశంకోసం ఎంతరోషమేనా చంపుగోవాలి" అని జనానికి తెలియడానికి.

ఏజెంట్ల దగ్గిర్నుంచి వచ్చేటపా చూసినప్పుడు నాకు చాలా ఉషార్‌గానే ఉంటుంది. "ఈఊళ్ళో మనపని మాంచి నిమ్మ కాయవాటంగా ఉంది. ఇక్కడ మీకు వోట్లు దొంగలదోపిడిగా వర్షిస్తున్నాయి. సరిగ్గా లెఖ్ఖ తేల్చుగునేసరికి నాకు తాడు తెగి పోతోంది. మందేవిజయం! కడమ అభ్యర్థులు గోలా ఏడు పూనూ! మన పెళపెళ వినేసరికి కొందరికి గుండెజబ్బూ, కొందరికి రక్తపోటూ పట్టుగున్నాయిట. మళ్ళీరాస్తాను"—

"ఇక్కడ అంతా నమ్మకస్థులే. మీపేరు ఇక్కడ మంత్రంలా పనిచేస్తోంది. సౌమ్ముమమ్మైనాసరే జంకవద్దని తమరు అన్నారు. దుమ్మైనాసరే అని నేను చిమ్మేస్తున్నాను. విజయం మనకేసే చూస్తోంది. ఈవేళ గాకపోతే రేపాయిరి మనదగ్గిరికి వచ్చి కాళ్ళ మీద పడుతుంది. మీరు కాళ్ళు రెడీగా ఉంచాలని హెచ్చరిస్తున్నాను"—"ఈఊళ్ళో పెద్దల్ని దర్శించాను. మీరు నిలుస్తున్నారని వారు తెగసంతోషపడి ముందు నన్ను ఊరేగించారు. వారందరూ మనికితప్ప మరోమనిషికి ఒఖ్ఖవోటుకాదు వోటులో ఒఖ్ఖతౌనేనా ఇవ్వంగాక ఇవ్వంఅని ఘోరప్రతిజ్ఞలు వచనంలో చేశారు. కొందరు వద్దు మొర్రో అంటూన్నా వినక పెద్దపెద్ద ఒట్లుకూడా పెట్టుగున్నారు. మనం నెగ్గితీరుతాం. నా శ్రమ తమరు మరవకండి"—"ఇక్కడ చాలామంది తమ వోటుపత్రాలు పంపడంఖర్చు కలిసి రావడానికనే కాక ఆప్యాయంకొద్దీ కూడా నాచేతి కిచ్చేశారు. మనం అనుకున్న వాటికంటె ఎక్కువే చేతి కొచ్చాయి. చేతికి అందొచ్చిన సంతానంవాడికి విజయం దక్కక ఎక్కడికి పోతుంది?" ఈ ఊళ్ళో మనం అంటే ఉండే ఉత్సాహానికి మేరలేదు. చాలామంది నిద్రాహారాలు విసర్జించారు. మనం మనజెండా పాతేశాం అన్నమాటే! కడంపోటీదార్లు రోడ్డుచ్చుగుని శంకరగిరి మన్యాలు అంటేశా రన్నమాటే! మన దిగ్విజయం జరపడానికి ఏర్పాట్లు మీరు చేసెయ్యా లన్నమాటే! ఇప్పుడే చెయ్యండి, తరవాత సౌమ్ముకి ఇబ్బందేమో!"

అయినా, పైకి పటాటోపంగా నేను మాట్లాడి వ్యవహరిస్తూ ఉంటొచ్చినా, హృదయంలో నాకు చచ్చేభయం వేస్తూంటుంది

పోటీదార్లల్లో కొందరిదగ్గిర నాజూకుతనం బొత్తిగా లేదు. రౌడీల్ని కూలికి పెట్టి ఎన్నికలకి గాని, అసలుగాని నేను నిలవడానికి వీల్లేకుండా కాళ్ళువిరగ్గొట్టేస్తారేమో అని నాకు ఒక్క రవ్వ భీతి లేకపోలేదు. కొందరు తుపాకులు తెప్పించి లైసెన్సు పొందారు. పోటీలోంచి తప్పుగోకపోతే నా యిల్లు నున్నగా కోపిస్తాం అని కొందరు ప్రైవేటులో చెప్పించారు. ఇల్లాంటివి నేను లక్ష్యపెట్టను. ఒకవేళ ఏదేనా గ్రహం వక్రించి మనం ఓడి పోతే ఏం దారిరా భగవంతుడా అని భయం వేస్తూంటుంది. ఆ మాట తల్చుగుంటే నో రెండి పోతుంది, గుండె కొట్టుగుని దూకడం మొదలెడుతుంది, శ్వాసఆడదు. అయినా అదీ భరించ వచ్చు. నా కంటె సర్వవిషయాలా పరమ చవటఅని దేశంలో ప్రసిద్ధిపొందిన మరో పోటీ దారు ఎవడైనా నెగ్గిపోతాడేమో అనే భయం నన్ను మరీ పీల్చి పిప్పిచేస్తోంది. ఆ సంగతి స్ఫురిహా లోకివస్తే నా గుండె ఆగేపోతుంది. అల్లా ఆగిపోయినట్టు నా మనస్సు నాతో చెబుతూండడం నాకు స్పష్టంగా వినిపిస్తుంది, నాకు ప్రపంచం అంధకారం అనిపిస్తుంది. ఈ ఘోరాన్యాయం జరిగేటప్పుడు దేవుడనేవాడుంటే ఇతరపనులు మానుకుని రాడా అనిపిస్తుంది. ప్రజలు నన్ను గ్రహించలేక తమ అఖాతం లోంచి తేలి నేలమీద పడి వృద్ధిపొందడం ఎంత కాలానికో గదా అని తోచి వాళ్ళకి రాబోయే దుస్థితి స్ఫురించి, నాకు చాలా హడలువేస్తుంది. కాని నేను ఏం జెయ్యనూ? నా చేతులోపనా ఏమన్నానా? జనానికి దురవస్థ రానీకుండా కాయడంకోసం నేను నెగ్గడానికి యత్నిస్తూంటే వాళ్ళు కలిసిరాకపోతే వాళ్ళకి అంతే

శాస్త్రి! వాళ్ళ సిద్ధాన్నం వాళ్ళే తన్ను కుంటున్నారు? ఎవరు భయపడి ఏం లాభం!

సరే, జనాన్ని అల్లా అహోరించనీండి. వాళ్ళకే తెలుస్తుంది అనుభవించినతరవాత! ఈ పోటీవాళ్ళల్లో ఎంతెంత నీచత్వానికి దిగేవాళ్ళున్నారని తమ ఊహ! కడంవాళ్ళంతా నా అంత ఫామే దాగా పోటీ చెయ్యకపోతారా అనుకోడం పామరత్వం, రామ రామ, నా పోలిక వాళ్ళకొస్తే ఇహనేం కావాలండీ! అసహ్యం వేస్తుందండీ బాబూ, వొట్టి అధములండీ! అధమాధముడి దగ్గిర వోటుంటే వాడికి గ్లాసు అందివ్వడం, వాణ్ణిశృంగారించడం-ఛీ, దిక్కుమాలినపన్లు! ఒకడు సైడుకాలవలో స్పృహలేకుండా పడుకుని ఉంటే వాడివోటు లాగి కడిగేసి పట్టిగెళ్ళాడు ఒక పోటీ దారు! అంతకంటే అసహ్యం ఉంటుందా? ఒక పోటీదారు వోట రింటిమీద కశ్మలం వేయించి, వోటులాగి క్షమించి అంతటితో వాణ్ణి వొదిలిపెట్టాడు. ఎంత రోతో గమనించండి. ఏదీ నే చెయించా నేమో చూడండి అల్లాంటిపన్లూ! చెయించలేకే! చెయిస్తే అగుతారూ వీళ్ళూ! పోనీ, నా జాతకం గ్రహించి ఆయుర్దాయం గురించి ఒక పోటీదారు వాకబులోఉన్నాట్ట. ఆపని ఎంత హేయం చూడండి. నా యేజెంటు రైంయ్యిమని కార్లో పోతూంటే ఒకపోటీదారు తనకార్లో ఎదురై మాకార్ని పిల్లిమంత్రాలు వెయించి మా యేజంటు రక్త ప్రవాహాలై స్మారకం తప్పి పడిపోగా, హి హి హి అని నవ్వు తాట్ట! వాడి మనస్సుయొక్క రకం తల్చుగుంటే పేగులు బద్దలై పైకొస్తాయో రావో చూడండి. రాత్రివేళ ఒక పోటీదారు వెళ్ళి కొందర్ని తనపక్షం తిప్పుగుందాం అని ప్రయత్నించేటప్పుడు

ఒక శత్రుపక్షంవాడెళ్ళి వాడిమీద ఓగొంగళీ గిరవేసి కట్టేసి తీసిగెళ్ళి కాష్టాల్లో పడుకోబెట్టాడట, ఎమికలు గుచ్చుకుని నిద్రా భంగం అవుతుందనేనా చూడకుండా, అది ఎంత పాశవమో గమనించండి! సరి, ఒక పోటీదారు మగవోట్లనిమిత్తం ఆడ ఏజెంట్లని నియమించాడట, ఏకాడికొచ్చిందో చిత్తగించండి! అబ్బే, తల్చుగుంటే డోకొస్తుందండీ!

మళ్ళీ నాహంగుదార్లలో ఒక్కొక్కడే వచ్చి జరిగిన సంగతుల గురించి చెబుతూంటే ఆశ్చర్యం వేసిపోతుంది. ఒకాయన సుస్తీలోఉంటూ నాఅభ్యర్థిత్వం విని, టపీమని లేచి కూచుని, ఆనందించి ఆ సుస్తీవోటే అనుకోండి, మూటకట్టి పదిలంగా మాహంగుదారు చేతుల్లోఉంచాట్ట! ఎంతచిత్రమో చూడండి! కొందరు పెద్దచదువులు చదువుకున్నవాళ్లు "నావోటు మీదే. తిరగక్కర్లేదు. కడంవి చూసుగోండి, నావోటు మీకోసం మీదు కట్టేశాను" అంటూ తమదగ్గిర కొచ్చిన ప్రతీవాడితోటీ అని, కాళ్ళరిగేటట్టు తిరిగిన వాళ్ళల్లో ఎవడికీ తమవోటురాల్చక మూల కూచున్న మూగాడికెవరికో వేశారట, ఎంత విరుద్ధమో చూడండి! ఒక వోటరు నాహంగుదార్ని ఆహ్వానించి తీసిగెళ్ళి భోయినం పెట్టి సత్కరించి వోటిచ్చుగుని పంపేశాడట! అల్లాంటి విపరీతపు మనుష్యులు ఇటువంటి కాలంలోకూడా ఉండడ మనేది అపూర్వవిషయం. ఓ వోటరు నాహంగుదారుఎదట నన్ను తెగ తిట్టి (వాడు నావాడని ఎరక్క) తరవాత వాడు నావాడే అని తెలుసుగుని నొచ్చుగుని, ఆ సంగతి నాతో చెప్పద్దవి బతిమాలుకుంటూ లంచంగా తనవోటు మాకు పారేశాట్ట! వెధవతిట్లు

తింటే తిన్నాంగాని క్రూరమైన వోటుని వశం చేసుగున్నాం అదేచాలు లేస్తురూ అన్నాడు నాహంగుదారు। ఒక వోటరు దంపతుల్లో మగుడు తనపెళ్ళాం తను అన్నప్రకారం వోటు చెయ్యననడంవల్ల విడాకులకోసం యత్నించడం, విడాకుల ఖరీదు మరీజాస్తీ అవడంవల్ల అతడు తమలపాకులే కొనేసుగుని ఇంటికి రావడం జరిగిందట! ఎంత యిదిగా వస్తోందో చూస్కోండి! ఏదేనా వియమాన్ని ఒక అభ్యర్థి స్వవిషయం కోసం భగ్నంచేస్తూ ఆ నియమాన్నే మరో అభ్యర్థి పాటించక పోడంలో నేరంచేశాడని ప్రచారం చేసుగోవలిసొచ్చే ఎన్నికలకి జనం ఎందుకయ్యా ఎగడతారూ అంటే ఫలానాఅని తెలియ నక్కర్లేకపోడంవల్లే! ఇది అద్భుతమేమరీ!

ఆ దీక్షాదినాల్లో తప్ప నేను, తరవాత, మాటచాలా తగ్గించే శాను. మౌనం వహించాననా్న తప్పురేదు. ఫలితం ఇటవు తుందా అటవుతుందా అంటూ నేను గుణకారాలు వెయ్యనేలేదు. అయిపోయిందేదో అయిపోయింది, దాన్నిగురించి బాధపడడం మానుకున్నాను. తిరగడంలో రోడ్డు బాడి పడి, గుడ్డలు ఎర్రపడ్డప్పణ్ణించీ కాషాయిబట్టలమీది కెళ్ళింది మనస్సు. అవి ధరించేవాణ్ణి. దొడ్లో చెట్టుకింద స్థలం బాగుచెయించి, రోజూ సాయింత్రం అక్కడ ఒక ఆసనం వేయించి దానిమీద కూచోడం ప్రారంభించాను. శూన్యభావంతో కూచోడంకంటె ఎద్దైనా నిర్మలభావంతో కూచుని తదేకంగా స్మరించడం మంచిదని నాకు తోచింది. సద్యః ఫలితం లేకపోయినా ఉపాసనవల్లా. పునశ్చరణ వల్లా ఫలం ఉండితీరుంది గనక, మరోమంత్రం మరోమంత్రం

అయితే అధికార అన్యాయ ఆచరణల్లో తేడా లొచ్చి బెడిసికొట్టి తుడిచేస్తుందేమో అనే భయం చొప్పున, వోటేమంత్రం అనుకుని యథాశక్తిజపం నిష్కామంగా సాగించాను. నామనస్సు ప్రశాంతం అయిపోయింది. నెగ్గినా నెగ్గకపోయినా నాకు సమానమే అనిపించింది. ఓడిపోయినా నామనస్సు ఎంతమాత్రమూ బేజారు పడదు చూస్కోండి, అని జనానికి దాఖలా యివ్వడానికి నేను ఓడిపోయినా బాగుండును అనిపించింది. నేను తీరా నెగ్గేస్తానేమో గదా అని భయం వెయ్యడం మొదలెట్టింది. అల్లాంటి భయాన్ని కూడా పారదోలాను. చివరికి అనుకున్న మోస్తరుగానే జరిగింది. ఒక నస్మరంతి అభ్యర్థివిజయం పొందాడన్నారు. ధర్మానికి రోజులు కావనుకుని నేను సమర్థించుగున్నాను.

* * * *

వోటరు వోటివ్వడానికి కారణాలు అప్రత్యక్షంగా ఉండే రకంవి వోటర్లవల్లే తెలుస్తూంటాయి. అనేకసందర్భాల్లో అనేకులు చెప్పగా వినబడ్డ కారణాలు కొన్ని యీ క్రింద ఉన్నాయి : నాజ్ఞాతి లగాయతు రాష్ట్రాంతరవాసివరకూ ఉండే జనంలో బాంధవ్యంయొక్క చేరుపునిబట్టి ఇచ్చాను - వాడు చాలా చేశాడు - అతఁడు గట్టివాఁడు - లక్షకోశాడు మరి, చేసి చేస్తూంది చెయ్య బొయ్యేవాటిని గురించి ఉత్తరంరాశాడు - నాకు స్వంత దస్తూరీలో రాశాడు - పాపం నాయింటికొచ్చి నన్ను చూశాడు - నన్నొచ్చి చూసిన వాళ్ళల్లో మొదటివాడు - నన్ను బతిమాలుకున్నాడు - నా కాళ్ళట్టుగున్నాడు - వోటిస్తేగాని అభోజనం పడుకుంటానన్నాడు - నాకడుపున పుడతా నన్నాడు - తన పిల్లాడికి నాపేరు పెడతా

నన్నాడు - నన్ను చంపుగుతిన్నాడు - అనేకులద్వారా నన్ను ఊదరకొట్టి వేపించేశాడు - నాదగ్గిరకొచ్చి కాకిగోల - నేను ఆయన్ని ఎరగనుగాని మావాడు రాశాడు - ఆయన మా అల్లుడిచేతే రాయించాడు - మా అధికారి దగ్గిర్నించి ఆజ్ఞాపత్రం వచ్చింది గనక నేను ఫలనావారికి వోటు చెయ్యకపోతే నా ఉద్యోగం కాస్తా ఊరేగిపోయి చిప్ప చేతికొస్తుంది, ఫరవాలేదని ఇప్పుడు సలహా ఇచ్చేవాళ్ళు తరవాత కనిపించరు - నేను ఒకాయనికి (ఆయన పేరెవరో మరిచిపోయాను!) తీరా వాగ్దానం ఇచ్చానండి, ఇప్పుడు మాట తిరిగిపోతే భాగుంటుందా చెప్పండి, 'తిరుగన్నేరదు నాదుజిహ్వ' అన్నాడు తెలుగుబలి, (అనగా తను సాధారణంగా అన్నమాటప్రకారం పోయే మనిషనిన్నీ, అధమం వోట్లసందర్భంలోనేనా అన్నమాట జరపగల అపర హరిశ్చంద్రుడు తనే అనిన్నీ, కలియుగంలో సత్యహరిశ్చంద్రుడు లేని లోటు ఏకొంతవరకేనా తాను తొలగించాలని అనుకుంటూన్న సంగతి జనానికి తెలియాలనిన్నీ చాలామంది అభిలాష) ఆయన యెల్లానూ నెగ్గుతాడు, అంటుకని ఇష్టం లేకపోయినా ఇచ్చాను.- ఆయన యెల్లానూ నెగ్గడు, అందుకని వోటుపట్టుగు పొమ్మన్నాను—ఆయన మాంచి ప్రతిభగలవాడు. అందుకనిఇచ్చాను— అయన పాపం శుద్ధ తెలివితక్కువఘటం అందుకనే పోనీ ఏం శాశ్వతం, తెగ ముచ్చటపడుతున్నాడు, అదీ చూద్దాం, భాగ్యమా ఏమిటి, నేనూ మానేస్తే ఇతని మందలో చేరేదెవడూ అని ఇచ్చాను—నేను 'నావోటు ఏంజేసుగోనూ, నాకు పనికిరాదాయె' అని ఆలోచిస్తూ ఒళ్ళిణ్ణీ మంచం నేసుగుంటూంటే ఓ అభ్యర్థి వచ్చి సాయం చేసి పెట్టాడు. తక్షణం, అడక్కుండానే అతడికి

నావోటు ఇచ్చేశాను—నాకు అభ్యర్థులందరూ మొహమాటీలే అవడంచేత మనికి ఈవోటుప్రాలుద్ధం ఎక్కడొచ్చి పడిందిరా క్షేమంగా కూర్చోకుండానూ, పోనీ యీవోటుని సమత్వ సిద్ధాంత ప్రకారం అర్థించేవాళ్ళందరికీ ముందే సమభాగాలుగా పంచడానికి వీల్లేదాయిరి, అని వారంరోజులు తెముల్చుగోలేక బాధ పడి, ప్రతీవాడితోటీ వాడికే వోటిచ్చానని ప్రమాణ పూర్తిగా కోసేసి చివరకి కళ్ళుమూసుగుని వేసేసి పంపించాను—ఇల్లాంటి బాధ పడలేకే నేను కాగితం అక్కరకి రాకుండా అంకెలువేసి ఊడి రాకుండా జిగురెట్టి అంటించేసి ఎవరో వచ్చి స్తోత్రం చెయ్యగా వారికే వేశానని ఇచ్చేశాను—నేను ఎవర్నీ ఎరగను, అందుకని ముందే సంతకంచేసి, ఎవరేనా అడిగితే పారెయ్యమని నా స్నేహితు డొకడికి పంపేసి సుహంగా నిద్దరోయాను.—ఈరీతిగా ఉంటాయి. ఇవి చూస్తే వోటు ఒకరికి ఇవ్వడానికి ఏకారణం అయితే ఉందో అదే ఇవ్వకపోడానికికూడా కారణం అన్నమాట. అసలు వోటు ఇవ్వడాన్నిగురించి కారణం గమనించడమే తప్పు. వోటంటే ఇష్టంగదామరీ! నాయిష్టం అనే స్థితి వచ్చినప్పుడు కారణం చెప్పడంకంటె అడగడమే తప్పు. అందుకనే ఒకజ్ఞాని "వెయ్యిపౌనులు దానం చెయ్యడం తేలికగాని, తనకున్న ఒక వోటు సార్థకంగా ఇచ్చి పని జరిగేటట్టు చెయ్యడం చాలకష్టం" అన్నాడు. వ్యక్తియొక్క వోటు హృదయపూర్వకంగా జరగాలీ అంటే విద్యాధికులలోనే ఎక్కడలేని మారాముళ్ళూ బయల్దేరు తాయిగదా, తక్కినవాళ్ళల్లో ఇష్టాల్నిబట్టి విజయా లుంటాయా అని కొందరు అనుమానిస్తారు. కాని, అక్కడే నాటకభాగం తక్కువ ఉంటుందని కొందరు ఊహిస్తారు.

రేడియో - కబుర్లు

(i)

నాద ప్రసరణానికి భూ - జల - వాయ్వాకాశాలు తోడవుతాయి ముఖ్యంగా మానవులుండేది గాలిలోనే గనక వాయువు నాద వాహకంగా ఉంటుందనేమాట మానవులు గమనిస్తూండే విష యమే. పోనీ వాయువేగం వేరూ, వాయువులో నాదవేగం వేరూ అయినా, జనించిన ఒక నాదతరంగాన్ని వాయువు తన ప్రకంపనశక్తివల్ల మోసెయ్యగల దనేమాట రూఢి. అది అట్లా మోసెయ్యకలదేగాని, విశేష దూరం గడవకుండానే నాదం యొక్క పటుత్వం క్షీణించి త్వరలో ఆ నాదమే అంతరించి పోతుంది. (నాదానికి అల్లా క్షీణించే లక్షణమే గనక లేకపోతే భూగోళం ఎల్లప్పుడూ గందరగోళంగా ఉండవలసొచ్చేది గనక మనం విచారపడ నక్కర్లేదు !) ఒకవేళ; అల్లా అంతరించకుండా నిలవగల సామర్థ్యం నాదానికి ప్రసాదించాం అనుకోండి. అను కున్నా, భూమికి సగంచుట్టు తిరిగిరావడానికి నాదానికి ఒక పూటా అందుపైన నాలుగుగంటలూకూడా ఇంకా చాలనే చాలదు, భూగోళంమీద ఉండే ఏ యిద్దరి మనుష్యులకైనా మిక్కిలి — ఎక్కువదూరం (భూమియొక్క అర్ధపరిధి గనక) పదమూడు వేలమైళ్ళు మించదు. అటువంటి యిద్దరిలో ఒకడు మాట్లాడితే రెండోవాడికి వినపడడం నాదబలానికి అతీతం గనక అసం భవం అని మానవులు నమ్మేవారు. కాని మానవుల విజ్ఞానమూ,

ఆలోచనా, కార్యాచరణా, జీవితావసరాలూ పెరిగిన కొద్దీ, ఎవరో ఒక జ్ఞాని మరోపన్లో ఉండి ఒక విద్యుద్దీప ప్రయోగంలో గావించిన ఊహానుమాన బీజంవల్ల 'రేడియో' అనే సంస్థ ఆవిర్భవించిన మీదట, అసంభవం అని లోగడ అనుకున్న పని. సంభవం అయి, ఓ పూటకాలంలోకుడా కాదనుకున్న పని, సెకనుయొక్క ఒక వీసభాగంలో జరిగిపోతూండడం విశేష నాగరికత లేనివాళ్ళకి కూడా పరిపాటి అయిన సంగతి. అనగా రేడియో వచ్చి, వాయుదేవుడు వేగవిషయంలో ఎంత పేరు పడ్డప్పటికీ ఆ "మంద" పవనంగార్ని నాదవాహక క్రియలోంచి కొన్ని సందర్భాల్లో తొలగించి, ఆ పని తనుచేసి, దూరాన్ని జయించేసి, దూరశ్రవణం సుసాధ్యం చేసింది. ఇక ప్రేషక స్థానంలో నాదోచ్చారణ చెయ్యగానే ఉద్భవించే నాదతరంగం, దాన్ని అనుసరించి సూక్ష్మాతిసూక్ష్మలతో శబ్దగ్రాహిలో బయల్దేరే విద్యుత్తరంగం, దాన్నిబట్టిఉండే ప్రవర్ధక తరంగం, అది పరివర్తన కోశంలోపడ్డమీదట పుట్టే క్రమణిక తరంగం, తద్వారా ప్రకంపనతరంగం, సాధారణసాతత్యంలోంచి మహాసాతత్యం పొందిన ప్రవాహకతరంగం, దాన్నించి కాంతవిద్యుత్తరంగం, తత్ప్రసరణం, పై క్రియలన్నీ విలోమంగా నడవడానికి ఏర్పాట్లు చేసుగుని గ్రాహకాన్ని అదే స్మృతిలో మేళగించి జనం కూచున్న ప్రతిస్థలంలోనూ అసలునాదం యథారీతిగా సిద్ధించి సెకనుయొక్క వీసభాగంకంటె తక్కువలో వినపడడం-అనేటటువంటి తికమకలు 'రేడియో' అనేది తన నిత్యకృత్యంలో పడేపాట్లు! అన్నట్టు ప్రేషక స్థానంలో ఉండే నాదభోదకులు

కూడా అటువంటిపాట్లు పడతారు. తక్కినవాళ్ళు ఫలితం విన డానికి చెవికోసుగుంటారుగాని, అటువంటివాటిని చెవినిపెట్టరు.

(ii)

'రేడియో' లో విశేషాలు ఏమిటంటే వినపడేదూరం పొడుగునా కాస్తతీగేనా లేకపోడం ఒకటీనూ, నాదం భూమి అంతటా సెకనుయొక్క భాగంలోనే చుట్టబెట్టి వినిపించడమునూ! ఇతర గ్రహాలదగ్గిరికి భూమినాదం ఈయంత్రంవల్ల వినిపించదని చెబుతారు. వెళ్ళి తిరిగొచ్చినవాళ్లు చెప్పేవరకూ అది ఒప్పుగున్నా తప్పులేదు. మనిషియొక్క దేశాభిమానం భూగోళాభిమానంగా మారడానికి అవకాశాలు రేడియోలో ఉన్నాయి. పరభాషలు వినేటప్పుడు అవి కూతలులా ఉన్నాయనీ, పరగానాలు వినేటప్పుడు అవి ఒకటోరకం ఏడుపులులా ఉన్నాయనీ జనం అనవసరనిరసనం సెయ్యడంపోయి ఆయా నాదాలు వాళ్ళ వాళ్ళకి శ్రవణయోగ్యంగాఉండే కవిత్వ గానాలుగావును అని సరిపుచ్చుకోగలగడగమే గొప్ప సహనశక్తి గనక అది రేడియోవల్ల అభివృద్ధి అవుతుందని చెప్పవచ్చు. భాషేకాక, గానమేకాక, ఇతర నాద లేశ సముదాయం కూడా హృదయాన్ని ఆకర్షించి అర్థదాయకం కూడా కావచ్చునని రేడియోలో తెలుస్తుంది. చదవడంలోనూ వ్రాయడంలోనూ అవసరం అయే శ్రమగాని, శ్రద్ధగాని, దీక్షగాని లేకుండానే—అమాటకొస్తే అసలు చదవడం రాయడం తెలియవలసిన అవసరం లేకుండానే, ఏకకాలమందే అనేక మానవుల్ని జ్ఞానవంతుల్నిగా చెయ్యడానికి రేడియోకి సామర్థ్యం ఉంది. శారీరక మానసిక అత్మికసందర్భాల్లో మానవజాతికి అవ

సరం, అనుగుణం, అనుకూలం, ఆనందంగల ఏవిషయం అయినాసరే అరటిపండు ఒలిచినట్టు వినిపింపగల ప్రజ్ఞ రేడియోదే. రేడియో నిమిత్తంఅయే సొమ్ముఖర్చు కాలవ్యయమూ గమనించి అందుకు తగ్గట్టుగా ఎంతమంది పామరజనం అజ్ఞాన నిద్రలోంచి మేల్కొల్పబడ్డారు, వాళ్ళ విజ్ఞానపుమట్టం ఎన్ని అంగుళాలు పైకిఎగిరిందీ అనేలెఖ్ఖలు ఎప్పటికప్పుడు తేల్చడానికి వీలైన రకంవి కావు. అసలు పామరజనం రేడియోలాభం పూర్తిగా పొందగలరా అనేదే మీమాంస. ఎందులోనైనా సరే గొప్పవాడొచ్చి మాట అడినా, గానశాస్త్రీ వచ్చి పట్టుపట్టినా, రొదచేసినా, జనం వినడానికి గ్రాహకపు పెట్టెలున్న చోట్లకి ఎగదతారు. రేడియోలో మాట్లాడింతరవాతగాని, పాడింతరవాతగాని గొప్పవాళ్లైన వ్యక్తులుకూడా వెతికితే విధిగా దొరికితీరతారు. మధ్యరంగంవాళ్ళకి రేడియో వినడం మంచివ్యసనం, నస్యం, కాఫీ—పీల్చడపు వ్యసనంలాగే, టాకీచూడడపు (తెలుగుదైతే వినడపు) వ్యసనంలాగే, వార్తాపత్రికలు చదవడపు (డబ్బు ఖర్చు తనది కాకుండా ఉండే షరతుకి) వ్యసనంలాగే, ఈ వ్యసనమూనూ! అందుకని ప్రేషక భవనంలో గంటల ప్రకారం—కాదు! సెకనుల ప్రకారం—కొందరు పనిచెయ్యాలి, అల్లానే లక్షలాదిజనం, ఇతరపని (అగ్నిహోత్రాలు చెయడంవంటివి తప్ప) మానుకుని గ్రాహకయంత్రాల చుట్టూ మూగాలి, రేడియో వినడం మంచినిషా అని కూడా కొందరుఅంటారు. కొన్ని ఇతరనిషాలలో పడిఉంటూండే సమయాల్లో ఎవరైనా తన దుఖ్ఖాలు హాయిగా మరిచిపోగలగడమే కాకుండా తనఇష్టం

లేకుండా తననే మరిచిపోవాలి. కాని. ఇందులో అంతపట్టుకు రాదు. ఎటొచ్చీ, వినివిని విని ఏమివిన్నావు అని ఎవరేనా అడిగి నప్పుడు, అన్నీ కొట్టుగు పోయాయి ఫలితం సున్న అనిగాని, ఓదాన్ని ఓదాంతో కొట్టెయ్యగా ఒఖ్ఖటే ఫలితం, అది నేనే అని గాని. చెప్పుకోడానికి చాలా అవకాశంఉంది. జనానికి ఆదిలో శబ్దమే ప్రమాణం, మధ్యకాలంలో గ్రంథప్రమాణం కావలి సొచ్చింది, కాని మళ్ళీ ఇప్పుడు శబ్దప్రమాణంలో పడేటట్టు కని పిస్తారు. రేడియో అనేది పత్రికలపాలిట ఇటీవల పుట్టిన దుడుకు సవితి. అయినా "చేత" అనగల పత్రికలు కూడా "వాత" అన గల రేడియో దగ్గిర నోరెత్తలేవు, కనబడే నాటకలోకంయొక్క వినబడే సగం చెక్కనీ రేడియో స్వాధీనపరుచుకుంది. రాబోయే టెలివిజ్షన్, ఆ తక్కిన కనబడే సగంచెక్కనీ దఖలుపరుచుకో బోతోంది. చెలరేగుతూన్నటాకీ యావత్తునాటకాన్నీ బొమ్మకట్టి మింగేసే యత్నంలో ఉండనేఉంది.

(iii)

రేడియో వినిపిస్తూపనిచెయిస్తే కూలివాళ్ళు ఎక్కువ పని చెయ్యగలుగుతున్నారని తెలుస్తుంది.

రేడియోసెట్టు వీపుమీదపెట్టి ఆవుల్ని పాలుపితికితే మామూళ్లు కంటె ఎక్కువగా పాలిస్తున్నాయని కనిపెట్టారు. అట్లాకాక, మామూళులో తన్నేరకంవి ఇటువంటప్పుడు ముందుకుమేసి ఆవెనకతన్నేసినా ఉభయత్రాకుడా రేడియో సెట్టుకి ప్రమాదం ఉండదనిరూఢిగా చెబుతున్నారు.

రేడియో శక్తి బలాన్ని బట్టి చెట్లని కోరినసైజులో పెంచుతున్నారు.

రేడియోవల్ల కుదర్చగల రోగాలకంటె వచ్చేరోగాలు చాలా తక్కువే అనేసంగతి పరిశోధనవల్ల తేల్చారు.

ఒకవ్యక్తి ఏదో యంత్రం కేసిచూస్తూ. కనిపించని జనశతాల్ని గురించి, వారిమెప్పువగైరాలు తనకు అందే చిక్కులేకుండా, హృదయంవిప్పి హృదయంగమంగా నాదంచెయ్యడం ఒక గొప్ప కళ అని ఒకమహావాదంలో ఒకపార్టీ దెబ్బ లాడగా, అది కళ కాదు కేవల ముద్రితప్రకృతికమే అని ఇంకోపార్టీ ప్రతిఘటించారు.

జనంఎదట ప్రత్యక్షంగా నిలవబడి నెగ్గలేనివ్యక్తి కూడా రేడియోలోంచి ఉపన్యాసవాచికంగాని గానంగాని చేసేటప్పుడు వినేజనం తమ ఇష్టాల్నిబట్టి గోలచేసినా, గొల్లుమన్నా, తను మాత్రం మానక్కర్లేదు, సయించకపోతే జనమే మానుకోవాలి.

ఒకళ్ళని వారి పక్కింటివాళ్ళు తిట్టేటప్పుడు, ఈకాలంలో ఆ ఒకళ్ళు మళ్ళీ తిట్టనక్కర్లేదు. తమరి రేడియోసెట్టు విప్పి ఆ క్షణంలో దొరికే పరదేశపు బ్యాండులాంటిది పెట్టేసి తప్పు గుంటేసరి, అవతలవాళ్ళతిట్లు తక్కువ కట్టిపోతాయి.

ఒకవేళ పక్కింటివాళ్ళు కోపధారిబాపతైె, వీళ్ళ విరామం లేకుండా రేడియో వెయ్యడంవల్ల తమరు కోపంలో మరీ రెచ్చిపోయి, వీళ్ళని సరసం చాలించండని కోరారా, వీళ్ళ గంటకి రూపాయిలాంటి రేటు మాట్లాడుకుని, ఇచ్చిన డబ్బుని బట్టి ఎన్నిగంటలో లెఖ్ఖవేయించి అంతసేపూ ఆపడానికి తెగించవచ్చు.

రేడియో నాటకాల్లో నటులు కాగితాలకేసి చూస్తూ నాటకాన్ని పెదవుల్తో గిరవకెయ్యడానికి వీలుంది, మామూలుగా జీవించే

నటులు వచ్చినముక్కలు ఎల్లాచెప్పాలీ అని బాధపడితే రేడియో నటులు ఏమి ముక్కలా చెప్పడం అని ఆడేటప్పుడే కళ్ళతో తడుముకో వలసిన అవసరాలు కలగచ్చు.

రేడియోపక్ష కార్యక్రమం తెలుగులో అచ్చుకొట్టగా అది ఆంధ్రులికి అవసరం లేకపోయింది గనక, ఇతర భాషలవాళ్ళకి మూడు నాలుగేసి రేడియోస్టేషన్లు పడ్డతరవాత, ఏకంగా మహాంధ్రా రేడియోస్టేషన్ పురమాయిస్తారు అని గ్రహించుకుని, అది తీరా కట్టొచ్చేసరికి, ఏ ఊళ్ళోనూ లేక ఏఊరు సమీపం లోనూ అని యథాప్రకారం మళ్ళీ దెబ్బలాట రావచ్చును గనక, ఆపనిమీద ఇప్పణ్ణించీ ఆంధ్రులంతా నడుంకట్టి నిద్రపోతారని వినబడుతుంది.

రేడియోపాలకులకి జనందగ్గిర్నించివెళ్ళే ఉత్తరాల సంఖ్యని బట్టి రేడియోలో మాటకిగాని పాటకిగాని ఆహ్వాన పునరాహ్వానాలు ఉండవచ్చునని అంటారు. ఒక్కొక్క పాటో మాటో అయింతరవాత, దాన్ని జనం ఎల్లాభరించినా, అది అద్భుతంగా ఉండేసినట్టు పైవారికి ఉత్తరాలు కురవాలిట, కురుస్తూంటాయి. అసలు అవి వేర్వేరుగాఉన్నా ఫరవాలేదు. ఉంటూండవు. వేర్వేరు ఊళ్ళనించి వెళ్ళినా మతలబుఒకటే అవడం చిత్రం. ఒక్కొక్కప్పుడు ఆ ఉత్తరాలు రాసేవాళ్లు అందరూ ఒకేరీతిగా పొరపాటు పడతారో గ్రహపాటో, దిక్కుమాలికర్మం, ఆ అసలుగాయకుడు గాని 'మాటకుడు' గాని వీల్లేక నియమించినప్రకారం వెళ్ళి పాట గాని మాటగాని ఆడి ఉండకపోయినా, ఆ జరగని కార్యక్రమం అద్భుతంగా జరిగిపోగా తమరు ఖినేశాం అని ఉత్తరాలు దిమ్మ

రిస్తూంటారు. ఉత్తరాలవల్ల ఏం నిర్ణయం అవుతుందయ్యా అంటే లిఖితసాక్ష్యంగదా! శబ్దం చేసే రేడియోకి శబ్దసాక్ష్యం పనికిరాకపోడంలో ఆశ్చర్యంలేదు.

రేడియోస్టేషన్ పాలకులచర్య వాళ్ళపుణ్యంచొప్పున మహ నిరంకుశం! అనగా మరేంలేదు. వాళ్ళే అనాలి, జనం వినాలి. కుంయికంయి మనకూడదు, అనలేరు. మొరలు వినిపించవ్. రచనలు పత్రికలకి పంపితే, వారికీ వారికీ ఏవేనా బేటీలు రావచ్చు చూడండీ! అంచేత ఆ రచనల్లో కొన్నికొన్ని అవాక్యాల దగ్గిర కొచ్చేసరికి సిరా మంచిరకంది కాకపోడంవల్ల ఆ వాక్యాలు కాగితానికి అంటుకోవు. కాని నిరంకుశత్వానికీ కాలం వుంది. 'హర్ హిట్లర్'ని మొట్టికాయవేసే పైవాడు 'హిజ్ హిట్లర్' ఉండితీరతాడు—అని మా డాక్టర్ ప్రెసిడెంటు ఒకసారి 'డిన్నర్' మధ్యలో సెలవిచ్చారు. అమెరికాలోని ఎలక్ట్రిక్ ఇంజనీరు—డాక్టరు నీల్ మోరే హాప్కిన్స్ అనే ఆయన ఒక చిన్న యంత్రం కనిపెట్టాడట. అది త్వరలోనే అమ్మకానికి వస్తుందట. అది ప్రతీరేడియోసెట్టుకీ పెట్టవచ్చుట. దాల్లో ఎవరు మాట్లాడినా తత్షణం ఆమాట భేష్ అన్నాసరే ఛీఛీ అన్నాసరే రేడియో చోదక స్థానంలో వినిపిస్తుందిట. అప్పుడు అన్నిగ్రాహక రేడియోల వాళ్ళుకూడా తమ ఆనంద విచారాలు ఒకేసారి వెలిబుచ్చి రాట్టాయినా ప్రేషక రేడియోస్టేషన్లో పని చెయ్యడంగాని, దానికి, సమీపంలో ఉండడంగాని కొంచెం ఇబ్బందిగానే ఉండవచ్చుట. కాని ఒక మంచిలాభం ఉంటుందన్నారు. రేడియోసెట్లు ఎంత మందికొన్నారో అంత మందీగనక మెచ్చడమో తిట్టడమో

కానిచ్చేసరికి, సెట్లు ఎన్ని అనే లెఖ్ఖ జనాభా లెఖ్ఖకంటే ఖంజాయింపుగానూ త్వరగానూ తెలిసిపోవచ్చుట !

రాత్రివేళ కొన్ని రేడియోసెట్లలోంచి వచ్చేమాటలు కంపు కొడుతున్నాయని అంటారుగాని, మనం ఈకాలంలో అల్లాంటి మాటలు నమ్మకూడదు.

వినేజనం తమకు తెలియంది గంటసేపు భరించగలరు గాని తెలిసేది పావుగంట భరించలేరు. సంగీతంలో మాటలకి అర్థాలు స్ఫురించకపోయినా తెలిసినట్టు అనుకోవాల, రాగాలకి అర్థాలు అడగకూడదు. ఇక, పదరచనలో మాటలకి అర్థాలు తెలియాలి. లేకపోతే ఉచ్చారణే అడ్డిపోతుంది. అర్థజోక్యంలేని రచనల్తో ఆనందం అనుక్షణం కలిగించవచ్చుగాని, తెలిసేమాటల్లో అనేకు లకి ఒకడు చెయ్యగల మహోపదేశం ఈ రోజుల్లో రోజూ ఎక్కణ్ణించి వస్తుంది కొత్తదీ ! అందుకని, రేడియోకవిత్వం విలవ రేడియోగానం విలవలో దశాంశంకూడా ఉండదు.

జేబులోకి సరిపోయే రేడియోసెట్లు పాతిగేసి రూపాయలకి వస్తాయని చెప్పుగుంటూండడంవల్ల, సగంరేట్లు అయింతరవాత సినీమాకి వెళ్ళినట్టు, అప్పుడు మనంకూడా ఓసెట్టు కొనుక్కో లేకపోతామా అని అస్మదాదులు లోపల లోపల కుట్రలు పన్ను తున్నారు.

జేబురేడియో అయింతరవాత చెవలరేడియో బయల్దేరు తుందని ఇంకా మరికొందరు చెవులు నిక్కపొడుచుగుని ఉన్నారు, వాళ్ళు అనుకునే సెట్టు అయిదురూపాయిలే. చివరకి ఎల్లానూ వినవలసింది చెవేగనక ఆసెట్టు చెవికే తగిలించె

య్యచ్చు, కుండనాలూ తమ్మెట్లూ లాగ; ఒక చెవికే అయితే అసహ్యంగా ఉండవచ్చు గనక, రెండు చెవలకీ—ఒకటి స్వదేశ వార్తలకీ రెండోది విదేశ కార్యక్రమాలకీ, అని పెట్టుగుంటే బాగుంటుందని చెబుతున్నారు. ఒకవేళ, వాటి బరువులవల్ల చెవులు దీర్ఘం అయినా ప్రస్తుతం పూర్ణకర్ణాభరణాలు ధరించేవాళ్ళ చెవలకంటె ఎక్కువ దీర్ఘం కావనిన్నీ, అసలు దీర్ఘశ్రవత్వం క్రమేపీ వృద్ధశ్రవత్వంలోపడి మిక్కిలి వైభవంగా ఉండబోతుం దనిన్నీ కొందరు అభయం ఇస్తున్నారు.

ఒకవేళ, టెలివిజ్షన్‌కూడా ఈలోపులోనే ప్రచారంలోకి వస్తే తక్షణమే—అనగా ఇంటిటెలివిజ్షన్ సెట్టూ, జేబుటెలివిజ్షన్ సెట్టూ, కంటిటెలివిజ్షన్ సెట్టూ, అంటూ కూచునికాలంపాడుచేసి పారెయ్య కుండా, మొదట్లోనే కళ్ళసెట్టు ప్రచారంలోకి తెచ్చేస్తారని చాలా నమ్మకంగా అంటున్నారు. ఇదివరకే మామూలు కళ్ళజోడు ధరిస్తూన్నవాళ్ళ విషయంలో అర్ధచంద్రాకారంలో అద్దాలు కేటా యించి, పైఅద్దాలలోంచి చూసినప్పుడు ప్రత్యక్షరూపాలూ అడుగు అద్దాలలోంచి చూస్తే, అవి టెలివిజ్షన్‌సెట్టువి గనక, పరోక్ష రూపాలూ ఏకముహూర్తంలో కనిపించేటట్టు చేస్తారనిన్నీ, అప్పుడు ప్రత్యక్ష పరోక్షాలుగాని, లేకపోతే పోనీ సగుణనిర్గుణ బ్రహ్మల్నిగాని ప్రతీ దుర్గుణబ్రహ్మ చూడవచ్చుననిన్నీ, పైన వాడిష్టంఅనిన్నీ, తెలుస్తుంది.

అయోమార్గ విమర్శ

ఒకనాడు ఒకరైల్వే సంధిలో రైలెక్కి కూచున్నాను. వెడు న్నానో వస్తున్నానో!- బహుశా వస్తున్నానుగావును, అవునవును వస్తున్నాను. ఇటే, డౌన్! సాయంత్రం పొద్దుబాగా వాలిపో యింది. కిటికీకి చేరువుగా ఒకమూల కూచున్నాను. కాస్త ఉమ్మే సుగున్నా చేసినా, ఎప్పటి కప్పుడు మారిపోతూన్నట్టు గోచరించే పొలాలూగట్రా చూసినాఇదైనా, శూన్యంకేసి నిదానిస్తూ ఆలోచించు గున్నా నిద్దరోయినా, కిటికీదగ్గిరసా ఉంటేనే నయం అని, ప్రతీ వాళ్ళకీ ఏమోగాని, నాకు అనిపిస్తుంది, ఎక్కడి కక్కడికే! ఆ ఉన్న దిక్కుమాలి చెరలో ఆ కిటికీధగ్గిర జానెడు స్థలం దొర కడం కొంచెం స్వాతంత్ర్యం. ఆ వేళ ఖాళీగానూ ఉంది. అన్నట్టు అప్పుడు ఇప్పటంత రైలురద్దీ లేదు. అర్జెంటూ లేదు, వేళాడ్డాలూ లేవుగా! పెట్టిలో జనం హానిహానిగా ఉన్నారు గాని, నన్నెరుగున్నవా ళ్ళెవరూ మాత్రం లేరు. అయినా సరే, నా వార్తాపత్రిక నేను పైకి తియ్యలేదు. తీస్తే శోభ ఏమిటంటే, మనల్ని ఎరగని ఆంధ్ర ధనికులు కూడా పేపరు 'ఒక్కమాటు' కోరి దానంపట్టి చదువుతారే కాని మానసిక ఉద్బాధ పరాయివాడి ఖర్చుమీద తీర్చుగోడం అధమాధమం అనేసంగతి ఆలోచనే చెయ్యరు. మరి పుస్తకాలు పైకితీసినా అంతే! తెలుగువైతే, తెలుక్కి దిక్కు లేదు గనక, అడ క్కుండానే తీసుకోడానికికుడా ఇతరులకి హక్కుందిట. ఇంగ్లీషువైతే, ఇతరులు అడిగి మర్యాదగా బలవంతపెట్టి

గడుసుగా చదువుకుని తమరుదిగి వెళ్ళిపోయేదాకా మాత్రం అట్టేపెట్టుగుని, వందనాలతో వాపసు చేస్తారు. అందుకని, వింతభాషలో పుస్తకంచూస్తూండడం తెలుగురైల్లో కర్తవ్యం. సరి, రైల్లో చదువుకోసం అంటూ భాష లెక్కడ నేరుస్తాంగనక ! ఆ మామూలు పుస్తకాలకే అట్టలువేసి మాపెట్టుగుని ఎట్లానో తంటాలుపడతాం. ఏమైతేం, రైల్లో పుస్తకాలు విస్తారంగానే చూడచ్చు, చూస్తూంటాను. సరి, ఆరోజున, ఒక ఉర్దూ గణితం గావును పైకి తీసి, సంచీ కట్టులోంచి ఓకిల్లీకట్టి వేసేసుగుని, పుస్తకం విప్పి చూస్తూ కూచుంటిని గదా. అవతలకాను ఎదర కిటికీ దగ్గిర నే నెప్పుడూ ఎరగని ఇద్దరు వ్యక్తులు నాపుస్తకంపై అంచుమీంచి నాకు గోచరించారు. ఒకఅతను పేనుమీసంతో సళాకుగా ఉంటే, రెండో అతడు కుదిమట్టంగా ఒఖ్ఖరవ్వ పిప్పళ్ళబస్తాలా ఊరుకోడమేకాక ముక్కుక్రింద నక్కల్లాంటి పరకమీసం కూడా పెట్టించాడు. మొదటి అతడి జుట్టు, కోత కొచ్చి వాలిపోయిపడుకున్న పైరులాఉంటే, రెండో అబ్బిది ఖరాగా ఉంగరాలే. మొదటి ఆసామీ దగ్గిర కొరడా ఉంది. రెండో ఘటందగ్గిర మెలికిలు తిరిగిన కొంకి బెత్తంఉంది. ఇద్దరూకుడా ధూమపానం చేస్తున్నారు. వాయువు నోటితో గ్రహించి యథా శక్తిగా కుంభించి ముక్కుతో వొదిలేస్తూ వేదోక్తంగా వాళ్ళు చేసిఉంటే వాళ్ళరోగాలు హరించి వాళ్ళ క్షుద్బాధకుడా తగ్గిపో వలసిందేగాని, ఆచరణ యావత్తూ అక్షరాలా యథావిధిగాఉన్నా అప్రత్యక్షవాయువు బదులు వాస్తవిక ధూమంవాళ్ళు స్వీకరించడం వల్ల ఫలితాలగురించి నాకు సందేహం తోచింది, చఛ, నేనెవణ్ణి

వాళ్ళ ఆనందము కాదనడానికీ, విమర్శించడానికీ అనుకుని నేను యథార్థంగా పుస్తకం చదువుకోడం ప్రారంభిద్దాం అని యత్నించే సరికి సళాకుఅబ్బాయి నాకేసి చూస్తూ పిప్పళ్ళబస్తాని మోచేత్తో మెల్లిగా రెండు మూడు సార్లు అదమడం మొదలెట్టాడు. ఇదేదో గ్రంథంలా ఉందనుకుని, నేను కిటికీ కేసి తిరిగి ముఖం పక్కకి పెట్టుగుని వాళ్ళు వ్యవహరించు కునేటందుకు లైన్‌క్లియర్ ఇచ్చేశాను. అనగా వాళ్ళసంగతి కనిపెట్టడానికి వీలైనంత లైన్ క్లియర్ ! వాళ్ళు చేసుగున్న సంజ్ఞల్నిబట్టి తమరనుకున్న మనిషి నేనే అయినట్టు వాళ్ళు ఖాయపరుచుకున్నారని నాకు అనిపించిది. వాళ్ళు తమరి మనస్సులో ఎవర్నో అనుకుని నన్ను చూచి పొరబడుతున్నారనికుడా నాకు వెంటనే బోధపడింది. వాళ్ళచేతుల్లో కర్రలున్నాయి. ఉంటేం, రైలుగదా, కానీ, మనమూ వాళ్ళకి ఆశాభంగం కలక్కుండా వాళ్ళకోరిక ప్రకారమే నటిద్దాం, ఒక వేళ కర్మవశం చేత వాళ్ళు కర్రలు తిరగేసి వాదతమకంలో మన్ని రుంజావాయించినట్టువాయించే ముహూర్తంరాగానే నిజం చెప్పేద్దాం, అని నే ననుకున్నాను. నాకు బోధపడేటట్టు వాళ్ళిద్దరూ ముందు ఈరీతిగా ఉపోద్ఘాతం ప్రారంభించారు :

స—అలా పదరా, మొహం ఈడిచి కనుక్కుందాం.

బ—ఉండరా, నిమ్మళం.

స—నిమ్మళం ఏమిట్రా, చీరేస్తాను. భయమా? ఏం జేస్తాడు ?

బ—దొరికాడు, ఇప్పుడేం జెయ్యగలడులే ! అయినా సరే. నిదానించు.

స—నే న్నిదాన్నించన్రా! మాటాపడి, ఛాన్సూ వొదులు కుని నువ్వు కూచో:

బ—అబ్బ! ఏమనిరా అడగడం?

స—సరే, శాస్త్రం చెప్పినట్టుంది.

బ—మనికి శాస్త్రం రాదుగా, మనిది కళగా!

స—అదే, మాకళగురించి ఎందుకు విమర్శించా వంటాను. నిరుత్తరుడై ఊరుకోకూడ దంటాను.

బ—కళ గనకనే విమర్శించా నంటే!

స—నీతాఖతేమిటి, నువ్వేవడవ్ అని అడుగుదాం.

బ—కళాసృష్టికిలాగే కళావిమర్శకి కూడా తాఖతంటూ లేదు, ప్రతీవాడూ పనికొస్తాడంటే!

స—సరిసరి. నువ్వప్పుడే వైరిదగ్గిర వకాల్తీ పుచ్చుగున్నావా ఏమిటి!

బ—కాదురా! విమర్శకుడికి హక్కులున్నాయి గనక, ఆ హక్కులన్నీ సాధించుగున్నానని ఆయనంటే!

స—విమర్శకుడికి హక్కులుంటా యన్నమాట నిజమేకాని నువ్వు విమర్శకుడవని నీతో ఎవరు చెప్పారని మనం అంటే!

బ—మంచిరోజు చూచి నేనే అనుకున్నానని ఆయనంటే!

స—అయినా సరే చెడ్డరో జొచ్చింది, జవాబు చెప్పాలని మనం అంటే! తీరిపోదూ? నువ్విక్కడే కూచో మీనమేషాలు లెఖ్ఖెడుతూ!

అంటూ సళాకు నాసరసని వచ్చి కూచున్నాడు. బస్తా అబ్బాయి కూడా అనుబంధం చేత ధైర్యం తెచ్చుగుని వచ్చి నే కూచున్న శానులోనే ఎదటి చెక్కమీద అధిష్ఠించాడు.

స—(నాతో) ఎందుకయ్యా, మీకు మామీద ఈర్ష్య ? (అని కొరడా గుప్పిడిలోంచి కమ్మొచ్చు లాగాడు.)

నాకిల్లీవసంతం నామీదగాని, వాళ్ళమీదగాని పడకుండా నేను నోరు పైకెత్తి, 'లేదు' అనడానికి యత్నించి బ్రహ్మాండంమీద 'లేదు' అనేటట్లుగా దాన్ని ఉచ్చరించి, నా హృదయంలో ఈర్ష్య ఎంతమాత్రమూ లేదని ఇంకా స్పష్టంచెయ్యడానికి చెయ్యితిప్పి, మీరిద్దరూ ఎవరు అని అడగడం వ్యక్తం అయేలాగు ఒకరి తరువాత ఒకర్ని చూపిస్తూ, కుడిగుప్పిడి ఊగించాను.

స—(బస్తాతో) చూడరోయ్ : వీడి పొర్సు, మన్ని ఎరగనే ఎరగట్ట.

బ—ఎరక్కపోడం ఏం రోగంరా, నిక్షేంపలా ఎరుగును.

స—మామీద అనృతాలు రాయడానికి నీకు మేం చేసిన ద్రోహం ఏమిటయ్యా ?

నే—(మూతి పైకిపెట్టి) నేను గొప్పవాణ్ణి, నాకుహక్కుం'డి'.

స—అయినా సరే మామీద నీఅభిప్రాయం కావాలని దేశం ఎప్పు డేడిసిందీ ?

నే—(పైకేచూస్తూ) నీకళ ? (అనేమాటలు మాత్రం పలకగలిగి) కావాలని మట్టుకు దేశం ఎప్పు డేడిసిందీ ? (అని అర్థం అయేట్టు సంజ్ఞచేశాను)

స—నాకళ నీకు ఒఖ్ఖడికీ బాగుండకపోతే ఏం కొంపమునిగిందీ ? తక్కినవాళ్ళకి బాగుండకూడదంటూ శాసిస్తావా ? ఇష్టంగా భోంచేస్తూన్నవాళ్ళ దగ్గిరికెళ్ళి పదార్థం ఏడిసినట్టుందంటూ కక్కగోడం ఎందుకూ తిననివాడూ, లేచిపోకా ?

పల్చపల్చగా ఉన్న జనంఅంతా మేంకూచున్న భాగంలో వచ్చి సర్దుకున్నారు. వాళ్ళిద్దరూ నన్ను తకాయిస్తూంటే నేను కిల్లీతోపాటు నీళ్ళు నముల్తున్నానని తక్కినవాళ్ళు అభిప్రాయ పడుతూన్నట్టు నాకు గోచరించింది. నేను తగ్గసమాధానాలు చెప్పి వాళ్ళని తెగ్గాల్చాలని నిశ్చయించుగుని, గర్జించి సకిలించి కిల్లీ యావత్తూ ఉమ్మేశాను. దిక్కుమాలి ఈదురుగాలిమూలాన్ని నా మొహంనిండా చినుకులు పడ్డాయేమో, కళ్లుకూడా కలికంవేసి నప్పటికిమల్లే భగ్గుమన్నాయి. నాకు నిజంగా మనిషికొచ్చినంత కోపం వచ్చేసింది. అగ్గైపోతూ, నేను తీవిగాకూచుని, సభాకుతో—

నే—ఏమిటండీ మీరు నన్నడిగేదీ ?

స—మాకళమీద అసంపూర్ణంగా, అసందర్భంగా, అర్థకుసిగా, అధ్వాన్నంగా, అర్థంచేసుకోకుండా మీరు ఎందుకు రాశారని.

నే—నేనేమీ రాయలేదే!

స—జరి. తెగి రాసి అబద్ధాలుకూడా ఎందుకయ్యా! నాజూకుగా విషం కక్కగున్నాననీ, సూక్ష్మశ్రమతో సూక్ష్మకాలంలో పేరులాగాలని యత్నించాననీ అనరాదూ తీరిపోతుందీ!

బ—పోనీ చేతగానితనంవల్ల అని ఒప్పుగోకూడదూ!

స—జనాదరణకి ఏది లక్ష్యమో దాన్ని ఛీఛీ అనేస్తే తద్వారా జనదృష్టిలో పడచ్చునని గావును తమరిసంకల్పం!

నే—కాదు, నాసంకల్పం వేరు.

స—వేరుకాదు. జనదృష్టిలో పడడానికి కాకపోతే నీ ప్రకటన లెందుకూ ?

నే—నాసరదా ఉండబట్టలేక.

స—మంచి సంగతే. సరదాలు ఊళ్ళోనామరీ!

ఏదోస్టేషను రావడంవల్ల రైలాగింది. నేను ఒక సోడా పుచ్చుగుని, కిల్లీ కట్టు గోడానికి యత్నిస్తూ వాళ్ళు దిగవలసింది ఆ స్టేషనేమో అని కనుక్కున్నాను. నన్ను గోదావరివంటిచోట దింపండీ తమరు దిగరన్నాడు బస్తా అబ్బాయి. బాగా అన్నాడని మెచ్చుగుందాం పోనీ అంటే, నామీదే అన్నాడాయిరి! వాళ్ళు నన్ను వొదిలేలాగ కనపడలేదు. ఏమిరాదారీ అని నేను చూస్తూం డగా, కొందరితోపాటు, సూటువేసుగున్న ఓ టోపీ ఆయన మాపెట్టెలోకి వచ్చి మాకు ఎదర అవతలకానులో కూచున్నాడు. నా ప్రతి కక్షులు ఆయన్ని ఎరుగున్నట్టు దాఖలాగా ముఖాలు విప్పారు. ఆయన 'ఇదుగో, ఇంటికేనా!' అన్నాడు. సభాకు అవునన్నాడు. వాళ్ళు కుశలప్రశ్నలు కానిచ్చుగుంటున్నారు. నేను కిల్లీ కసబిసా కోపంగా నమిలిపారేసి, వాళ్ళకళ ఏమై ఉంటుందా అని బుర్రచించుగుని వాళ్ళ మొహాలమీది కళనిబట్టి వాళ్ళది టాకీకళగాని, గ్రామఫోను కళగాని అయివుంటుందేమో (అప్పట్లో రేడియోకళ లేదు గనక గావును) అనుకున్నాను. అల్లాయితే వీళ్ళు నామీద తప్పకుండా పొరపాటువల్లే విరుచుగు పడ్డా రనుకున్నాను. ఒక వేళ నటులేమో అంటే వాళ్ళు నన్నుగ్గాని, నేను వాళ్ళనిగాని గుర్తించుగోలేని అవస్థ రాదని నాకు తెలుసు. గానమో, కవనమో వాళ్ళకళ అనుకోడానికి నాకు ఆస్కారం కనిపించలేదు. ఈ కాస్సేపట్లోనూ ఆటోపీ ఆయనకి కూడా వాళ్ళు తమ ప్రస్తుతపు పని బోధపటిచి ఆయన్నికూడా తమలో కలుపుగుని ముమ్మరంగా తయారయారు. ఇక్కడికి

ముగ్గుర్నీ కూర్చోపెట్టా ప్రభో అనిపించి, నేను వాళ్ళు అనుకునే వాణ్ణి కాను అని చెప్పేసి బయటపడదా మనుకున్నాను. కాని, వాళ్ల నమ్మకంగా కూడబలుక్కున్నట్టు, ఒకడు ఆగేసరికి రెండో వాడు, వాడు మానేసరికి మూడోవాడు, వాడు తగ్గేసరికి మళ్ళీ మొదటివాడు ఇల్లాగ్గా ఉప్పు అందిపుచ్చుగుంటూ చక్రక్రమంలో తెంపులేని ధోరణిలో పడిపోయి సన్ను దుయ్యబట్టుగుని, నోటి కొచ్చినట్టు తడుపుకోకుండా మాటలూ, చేతికొచ్చినట్టు స్వేచ్ఛగా ఆయుధాలూ. (మొదటివాడుకొరడా, రెండోవాడు కొంకిబెత్తమూ, మూడోవాడు గొడుగు టోపీ) ప్రయోగిస్తూ వ్యవహరించి, నాకు ఊపిరిసలపకుండా, మెడ నిలవకుండా చేసేశారు. వాళ్ళమాట ల్లోని క్రమంమాత్రం వొదిలి వృత్తాంతం పోగుచేస్తే, ఇల్లా ఉంది:

స—చటుక్కున చెప్పండీ: మీ ఉద్దేశం ఏమిటి? విమ ర్శించడం అంటే అభిమానంకొద్దీ వీలుచేసుకుని వందిలా పొగిడి, లేకపోతే అసూయకొద్దీ కసాయిలా నరకడమా? దూదినిలా ఏకడమా, పందినిలా బాదడమా, శవాన్ని పాతెయ్యడమా? కళాకర్త మచ్చమాపడమా? దోషాలగురించి తంటసం పట్టించ డమా? పాతసూత్ర శవప్రమాణాలతో కళాజీవాన్ని కొలవడమా? పాతఅర్థమూకొత్తఅర్థమూ ఏదీతేలకుండాఉండే పారిభాషికపదాలు ప్రయోగించి మాట్లాడడమా? ఒకే ఉదాహరణతో సూత్రించడమా? 'మంచి''చక్కని''అందమైన''సుందరమైన' 'బాగాఉండే''ఉచిత' వంటిపదాలు బతికున్నవాళ్ళందరికీకూడా మీ ఒక్కరికే ఎంత అర్థం ఇస్తాయో అంతే అర్థం ఇస్తాయనుకుని భ్రమించి వాడెయ్య

డమా ? ఇల్లాయితే బాగుండేది, అల్లాయితే ఘనందుగా ఉండేది, జాకీదిగితే ఆటనెగ్గి ఉండేది, పొడిఆడిఉంటే బేస్తునెగ్గేది అన్నట్టు జరిగినయథార్థం జరిగినరీతిగా జరిగిఉండకూడదని వాపోవడమా ? మొగపెళ్ళివారితనం అభినయించడమా ?

బ—అందుకనే, నన్నడితే, కళావిమర్శ వ్యర్థం. కళకీ ఆర గించేవాళ్ళకీ మధ్య ఇరుక్కోడం బత్తెంలేని వరకం. మధ్యనుండి యథార్థం చెపచ్చనంటారా ? చూడండి. ఉన్నది ఉన్నట్టా, ఉన్నదిలేనట్టా, లేనిదిఉన్నట్టా, లేనిదిలేనట్టా 'చెకుముకిశాస్త్రి', చెప్పినట్టూ ! ఉన్నకళని ఉన్నట్టు మీరు చెప్పలేరు అదేచెప్పాలి గాని. మీరుచెప్పబూనడం హాస్యాస్పదం, చెప్పడం అసంభవం. కళాశరీరాన్ని ముక్కలకిందకోసి మరో రూపంలో అజ్ఞానులకి వడ్డించి ఎల్లాఉందనడం ఘోర నేరం. ఉన్నది లేనట్టు చెప్పడం స్వామిద్రోహమూ, మాత్సర్యమూ గనక అది కళాభిలాషులకి తెలిసిపోయే దౌర్జన్యం. లేనిది ఉన్నట్టు బట్రాజుతంతుగా చెబితే, విమర్శ ఏకమొత్తంగా కుక్కముట్టుగుపోతుంది. లేనిదిలేనట్టు చెప్పడం మొదలెడితే ఆయుర్దాయాలు చాలవు. ఉండేసింది చెప్ప డానికి విమర్శ కేవల చరిత్రకాదు, ఉండబోయేది చెప్పడానికి కేవల జ్యోతిషంకాదు. ఉండవలిసింది చెప్పడానికి కేవలశాసనం కాదు, ఉండతగ్గది చెప్పడానికి కేవలనీతిపాఠం కాదు, నాయిష్టం అనడానికి ఇంట్లోముచ్చటకాదు.

టో—ఉండాలి ఉండాలి. విమర్శ అంతగా అనవసరం అని నేనునమ్మను. దానిఉదయం కళాతరంగం పూర్తి అయినతరవాత: కళకి భావన ఎల్లాగో విమర్శకి విచక్షణ అల్లాగ ! కళ బాల్య

సూచకం, విమర్శ వృద్ధత్వచిహ్నం. కళ జనకం అయితే విమర్శ జన్యం. దీర్ఘమననమూ, కళాకర్త హృదయావగాహన గురించి నిరంతరాలోచనా, నిదానం, సుముఖత్వం, హృదయవైశాల్యం, అహంకార రాహిత్యం, కళలోఉండగల ప్రత్యేకమహాత్మ్యాన్ని కనిపెట్టడానికి ఓపికా, మన్నించడానికి వినయమూ, సాటించ డానికి కుతూహలమూ, చెప్పడానికి తాఖతూ, తొడగడానికి భాషా గల వ్యక్తిచేసే కళావిమర్శ కూడదనే మానవులుండ రను కుంటాను. అటువంటిది వీరివల్ల కానంతమాత్రాన్ని ఆపనేకూడ దని చెప్పిపారెయ్యడం సమంజసంకాదు.

ఈ సమయంలో నాకు మరి కోపం ఆగక, తారస్థాయిలో మనమూ అందుకుందాం అని లేచాను. ఇంతలో రైలాగితే కూచోపడ్డాను. తక్షణం మళ్ళీ లేచి 'ఏయ్ సోడా' అని కేకేసి 'ఉండండి, మీమాటేమో గాని నాకు దాహం వేస్తోంది' అని పెట్టిగుమ్మందగ్గిరికి పరిగెట్టి సోడా కొట్టించి పుచ్చుగుని డబ్బు లిచ్చేసి గబగబా వచ్చి కూచోడంలో మొహం మహజోరుగా పెట్టేశాను.

నే—అయ్యా! ఒకటిరెండు మూడులారా! ఏమిటి మీ నిర్భంధం? నన్నేం జెయ్యమని తమసెలవు? తమరి దస్తరాలు కట్టేసినట్టేసినా? ఏం జెయ్యమన్నారు?

స—ఇంకా చెయ్యమని కాదు. వెనక తమరు చేసిన దాన్ని గురించే! మామీద కుళ్ళు మీలోపల ఎందుకు పుట్టి పెరిగిందీ అని.

నే—నాలో కుళ్ళు చిన్నమెత్తైనాలేదు. నే సత్యం చెప్పేస్తు న్నాను. నేను మీమీద ఏమీ రాయలేదు. మీరు నన్నుచూసి ఎవరో అనుకుంటున్నారు.

స—అదిగో మళ్ళీ! నాలికా తాటిపట్టెయ్యా? మీ పేరు ఫలానాకాదూ?

నే—అవును.

స—అయితే మరి ఇహనేం? మేం పొరపాటు ఎక్కడ పడ్డామూ? సమాధానం చెప్పండి.

పూర్వ విషయం ఏదీ నాకు స్ఫురించలేదు. వాళ్ళపేర్లు కనుక్కోడానికి నాకు అసహ్యం వేసింది. నేప్రకటించిన ఉమ్మడి వాక్యం ఏదో స్వంతానికి అన్వయించుగున్న వ్యక్తులేమో వీళ్ళు అనుకున్నాను. అయినా, వొట్టిపుణ్యానికి క్షమాపణ కోరుకోడానికి నామనస్సుని నేను నచ్చగొట్టలేక ఇల్లా అన్నాను:

నే—నేను, తప్పుచెయ్యలేదుగనక క్షమాపణ కోరుకోను. కానొ్కండి, వినండి: విమర్శ నాయిష్టం. మీయిష్టం. మీదైతే నాయిష్టం నాది. నాపనినాకు జన్మహక్కు! మీరు ఉన్నవే చూడలేని వాళ్ళయితే, నేను లేనివికూడా చూడగలను. కళకి చీడపడితే నేను చూస్తూ ఊరుకోలేను. అభిరుచులు పాడవుతూంటే నేను భరించలేను. నేను ముళ్ళదొంక ఛేదిస్తాను, కుళ్లు చెత్త కడిగేస్తాను. 'అంగ్రవాతములో చికిత్సకుడు దాదుష్టాంగంబు ఖండించి' — జాగ్రత్త - నా దృష్టిలో కళాకర్త మొదటి ముద్దాయీ, వాడికళ రెండో ముద్దాయీకాగా, వాదీ, వాది ప్లీడరూ, సాక్షులూ. ఉత్తర సాక్షులూ దక్షిణసాక్షులూ, పంచాయతీ. జడ్జీ — ఇవన్నీ నేనే, లక్ష్మణకవే అవతలకథలో లక్ష్మణుడూ, రాముడూ, ఆంజనేయులూ అవుతూన్నట్టు! ఘోరకృతులు చేసిన కళాకర్తని నేను ఉరితీసి పారేసి ఆంధ్రజనానికి వాడివల్లరాగల అపాయం

తొలగిస్తాను. నన్నాశ్రయించడాన్ని బట్టి నేను కళాకర్తల్ని పైకితీసుకురాగల్ను. అవసరాన్నిబట్టి నేను తప్పుల్ని గొప్ప చెయ్యగల్ను, లేకపోతే ఒప్పుల్ని కప్పెట్టగల్ను. కళాకర్తలంతా తరవాత తరవాత వారసత్వంగురించి తన్నుకుచావకుండా ప్రతీవాడికీ తలోజాగా కేటాయించి వాళ్ళకి చీడీలుకట్టేసి ఉచిత స్థలాల్లోకి వాళ్లని జేరేసి, నా అనుజ్ఞ లేకుండా వాళ్ళు పైకి ఎగరడానికిగాని కిందికి పడడానికిగాని వీళ్ళు తగ్గిపోయే టట్టు వాళ్ళని మేకుబందీ చేసి పారేస్తాను. ఎక్కడేనా బావ గాని వంగతోటదగ్గిర కాదన్నట్టు కళాకర్త నాకు ఎంతదగ్గిర చుట్టం అయినా సరే, ఎంత ఎరుగున్న వాడైనా సరే కళలో పస లేనప్పుడు నిర్మోహమాటంగా వాణ్ణి తెగ విమర్శించి విమర్శించి వొదిలిపెడతానుగాని ఊరుకోను. అందుకని గుంజులేనివాళ్ళకి నేనంటే తార్ ! నాకు సన్మానం. జరిగినప్పుడు 'కుకృతికుఠార్' అనే బిరుదం నాకిస్తే నేను అభ్యంతరం చెప్పనని చాలామంది అనుకోడమూ, ఊహించుకోడమూ నాకు తెలుసు. నా తాఖతు గురించి మీరు దుఃఖించకండి. నా అంత జ్ఞాని విమర్శపాటి చెయ్యడా ? అందులోనూ కళావిమర్శ చెయ్యడానికి ఆకళ రానక్ఖ ర్లేదు అనికాదు నేననేది. ఆ కళ వచ్చి ఉండకూడదు అనికూడా నొక్కు తాను. అప్పుడుగాని ఆకళయొక్క అసలునిగ్గు తేలదం టాను. పాఠం విమర్శించడానికి పాఠం చెప్పని ఇనస్పెక్టరే తగు నని నా అభిప్రాయం. తెలుగుగానవిమర్శకి హైందవేతరుడు చాలు, తెలుగుచిత్రవిమర్శకి ఆంగ్లయ్యఉండాలి, తెలుగుకవితా విమర్శకి అరవయ్యరు నిరాక్షేపంగా ఉండచ్చు. సరి తెలుగు

నాటకప్రదర్శన విమర్శకి స్పృహలేనివాడు మరీతక్కున సరిపోతాడు, సత్తాలేకపోతే మీరు కళ మానుకుని మరోపని చూసుగోండి. మీరు చవటకళ సృష్టిచేసినన్నాళ్లు, నేనుతీవ్ర విమర్శ మానను. ఎక్కేగుమ్మమూ దిగేగుమ్మమూ మోస్తరై మీరు ఎవరిదగ్గరికి ఎన్నిసార్లు వెళ్ళి ఎంతఏడుచుగున్నానా వాతలు నే పెట్టితీరతాను, మరి నే దిగేస్టేషను వచ్చేస్తోంది. జ్ఞాపకం పెట్టుకోండి.

స—చాల్లేవయ్యా! అకారమా నీ కాధారం? నామాలా నీకు ముఖ్యం? నీమాలా నీకు శరణ్యం? రూపాలా నీకు జీవం? ఆత్మఘోషణా నీ ఆంతర్యవృత్తి? వ్యక్తిదూషణా నీ పరమావధి? సంకుచితత్వమూ నీజ్ఞానం? నీచసాపత్యాలు తెచ్చా నువ్వు ఒకడి ఔన్నత్యం స్థాపించడం! నీ మనస్సులో ఉందని నువ్వు అనుకునేదా నీకు ప్రపంచంలో సందర్శించవలిసిన కళ? నువ్వు కళాచార్యుడివా అల్పులకి కళోపదేశం అడక్కుండా చెయ్యడానికి!

బ—అయ్యా! కళాప్రారంభకుణ్ణి విమర్శించడం పిచ్చిగమీద బ్రహ్మాస్త్రం ప్రయోగించడం. కళావర్తకుణ్ణి విమర్శించడం చెవిటివాడికి శంకూదడం. కళారాధకుణ్ణి విమర్శించడం కమ్మరవీధిని సూదులమ్మడం. కళాజీవిని విమర్శించడం పొట్టమీద కొట్టడం. స్థిరపడ్డ కళాకర్తని విమర్శించడం ఏటికి ఎదురీదడం. కంటూన్న కళాకర్తని విమర్శించడం చెవులోని జోరీగఅవడం. అల్పుడైన కళాకర్తని గొప్పగా విమర్శించడం వాడితోపాటు అధోలోకానికి టిక్కట్టుకొనుక్కోడం. ఊరుకుంటే చాలా సంగతులు సవ్యంగా పరిష్కారం కాగలవ్. ఉత్తమకళాకర్తకి విమర్శ

మోకాలి బంటి. అధమకళాకర్తని అనామకంగా విడిచి. పెట్టడం ఉభయతారకం.

టో—అబ్బ! నువ్వు విమర్శఅంటే చెడుఅర్థమే లాగుతున్నావయ్యా! అదేం ధర్మం! విజ్ఞానాన్నిబట్టి అన్నిటిలోను మాత్సర్యం తగ్గించుగోవాలి. విమర్శ అంటే, వెనకటి మల్లేనే నెత్తిమీద మొట్టికాయ కాదు, మొహంమీద చెప్పు కాదు, కంఠానికి ఉరి కాదు. నోట్లో పుండు కాదు, వీపుమీద చరుపుకాదు, "బాహ్యస్థితిగతులవల్ల తన చిత్తవృత్తిలో గలిగిన పరివర్తనలు అన్యహృదయాలకి కలిగించాలనే సదుద్దేశంతో కళాకర్త చేసే ప్రకటనని వ్యాసంగం చేసుగోడమే" విమర్శ. కళాకర్తయొక్క భావనాశక్తికీ, విచక్షణకి సమత సమర్థించడం విమర్శ. అంతర బాహ్యచరిత్రల్ని పరిశీలించి, ఏదైనా కృతిజనించడానికి దేశకాల పాత్ర సందర్భాలు ఎట్లా పరిపక్వం అయినాయో, మరి ఆకర్తే ఆకృతి రచించడానికి పరిస్థితులు ఎట్లా అనుకూలించాయో కని పెట్టడం విమర్శ. అనేకకృతులు రచించడపు పనిలో కళాకర్త పడిఉండే టప్పుడు వాటిని విడివిడిగా దేనిమట్టుకిదానిని సమగ్రంగా ఆస్వాదించడపురీతి చెప్పడానికి ఒక్కొక్కకర్తకి వవ్యధీ, ఒక్కొక్కకర్తకి నేర్పూ, ఒక్కొక్కకర్తకి ధైర్యమూ, ఒక్కొక్క కర్తకి నిర్మోహమాటమూ చాలవు గనక అటువంటి పని చెయ్య గలగడానికి అవసరం అంటాను. కళని విమర్శించేవాడు కర్త యొక్క నిజమైన అవస్థ గ్రహించడానికి కర్తవంటివాడై, తర వాత ఎంతో క్షోభపడ్డమీదట కర్తయొక్క హృదయస్థితి వహించ గలిగితే, అక్కడికి అతడికి ఇల్లలకడం అయి, స్వంతపని

యావత్తూ మరి ముందుంటుంది. ఒక సార్థకకళలోని ప్రతిభ కర్తేవచ్చి చూపించేకంటె మరొకరొచ్చి ప్రకటించినప్పుడు కూడా ప్రజల్లో కళాసక్తీ; కళారాధనా హెచ్చుతాయేగాని తగ్గవు. నిశ్చయమైన తేజస్సుగల కళ తనచుట్టూ గల అనేక జనాజ్ఞాన మేఘాలవల్ల మాటుమణిగి పోయినప్పుడు వాటిని పటాపంచలుచేసి ఆ కళయొక్క తేజోలాభం ప్రపంచానికి కలగచేసే ప్రభంజనం విమర్శ, కర్తయొక్క హృదయ విహారాన్ని కర్తకంటేకూడా ఎక్కువ వివరాలతో కూడా గుర్తించగలిగాడా ఇతడూ అనిపించ గలవాడు అన్నదే విమర్శ. క్రౌర్యం లేని స్వాతంత్ర్యమూ, మెట్ట వేదాంతంలేని జ్ఞానమూ, మొట్టికాయలు వెయ్యడపు సరదా లేని ఇంగిత జ్ఞానమూ. పటాటోపం లేని పాండిత్యమూ, చాటు చాటు శౌర్యంలేని త్రికరణశుద్ధీ, స్వాతిశయంలేని దర్జా, కాకి చూపులేని దృష్టీ, మేష్టరీతనం లేని అధికారమూ, కుచోద్యంలేని హృదయమూ విమర్శకుడు కనపరుస్తాడు. నవ్యసృష్టిని పోల్చుకో గలిగి, నవ్యవిషయాల్ని స్వీకరించగలిగి గూఢంకాని హృద్య భాషలో కళ దొరికేచోట్లు ఇవిగోఅని చెప్పడమేకాక, చెప్పగానే జనానికి విశ్వాసంకూడా కలిగించగలిగి నెగ్గినవాడు చెప్పిందే విమర్శ.

ఇప్పటికి నాప్రయాణం చాలావరకు అయిపోయింది. మరి తరవాత స్టేషన్లో నేను దిగిపోడమే. నాకు ధైర్యంవచ్చింది. పోనీ ఆయన ఏదో శ్రమపడి ఏకరువుపెట్టాడుగాని, అర్థంతా నాకూతెలుసు, అదంతా పుస్తకాల్లోదీ, ఎటొచ్చీ ఏది ఎక్కడిదో అతడు చెప్పలేదు, కైంఇస్తే నేను చెప్పేస్తాను.